Over 28 Million Copies Sold Worldwide

ಹೂ
ನಿಮ್ಮ ಜೀವನ ಮತ್ತು ಉದ್ಯೋಗದಲ್ಲಿ ಬದಲಾವಣೆಯನ್ನು
ಮೂವ್ಡ್
ನಿಭಾಯಿಸುವ
ಮೈ
ಒಂದು ಅದ್ಭುತ ವಿಧಾನ
ಚೀಸ್?

ಸ್ಪೆನ್ಸರ್ ಜಾನ್ಸನ್, ಎಂ.ಡಿ.

ಬೆಸ್ಟ್ ಸೆಲ್ಲರ್ ಪುಸ್ತಕ 'ಒನ್ ಮಿನಿಟ್ ಮ್ಯಾನೇಜರ್'ದ ಸಹಲೇಖಕರಾದ
ಕೆನ್ನೆತ್ ಬ್ಲಾಂಚಾರ್ಡ್, ಪಿಹೆಚ್.ಡಿ. ಅವರಿಂದ ಮುನ್ನುಡಿಯೊಂದಿಗೆ

Kannada Translation of

Who Moved My Cheese?

ಅನುವಾದಕರು: ಸತೀಶ್ ಜೋಶಿ

'ನನ್ನ ಚೀಸನ್ನು ಯಾರು ಸ್ಥಳಾಂತರಿಸಿದರು?' ಅದ್ಭುತ ಪ್ರಸ್ತುತಿ!

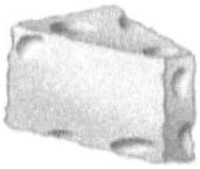

ಡಾ. ಸ್ಪೆನ್ಸರ್ ಜಾನ್ಸನ್ ತಮ್ಮ ಜೀವನದಲ್ಲಿ ಕಠಿಣ ಬದಲಾವಣೆಯನ್ನು ನಿರ್ವಹಿಸಲು 'ಹೂ ಮೂವ್ಡ್ ಮೈ ಚೀಸ್?'(ನನ್ನ ಚೀಸನ್ನು ಯಾರು ಸ್ಥಳಾಂತರಿಸಿದರು?) ಕಥೆ ಬರೆದರು. ಇದು ತಮ್ಮನ್ನು ತಾವು ಅಷ್ಟು ಗಂಭೀರವಾಗಿ ಪರಿಗಣಿಸದೇ ತಮ್ಮ ಬದಲಾಗುತ್ತಿರುವ ಪರಿಸ್ಥಿತಿಯನ್ನು ಗಂಭೀರವಾಗಿ ಪರಿಗಣಿಸುವುದು ಹೇಗೆ ಎಂದು ಅವರಿಗೆ ತೋರಿಸಿತು.

ಅವರ ಸ್ನೇಹಿತರು ಅವರ ಜೀವನ ಹೇಗೆ ಇಷ್ಟು ಸುಧಾರಿಸಿತು ಎಂದು ಕೇಳಿದಾಗ, ಅವರು ತಮ್ಮ 'ಚೀಸ್' ಕಥೆಯನ್ನು ಬಹಿರಂಗಪಡಿಸಿದರು. ಈ ಕಥೆಯನ್ನು ಕೇಳಿದ ಹಲವರನ್ನು ಇದರ ಬಗ್ಗೆ ಕೇಳಿದಾಗ ಅವರು, ಕೆಲವೊಮ್ಮೆ ಹಲವು ವರ್ಷಗಳ ನಂತರ, ತಾವು ಹಾಸ್ಯಪ್ರಜ್ಞೆಯನ್ನು ಉಳಿಸಿಕೊಂಡು, ತಮ್ಮನ್ನು ಬದಲಾಯಿಸಿಕೊಳ್ಳಲು ಮತ್ತು ಉತ್ತಮಗೊಳಿಸಿಕೊಳ್ಳಲು ಈ ಕಥೆ ಸಹಾಯ ಮಾಡಿತು ಎಂದು ಹೇಳಿದರು. 'ದಿ ಒನ್ ಮಿನಿಟ್ ಮ್ಯಾನೇಜರ್' ಪುಸ್ತಕದ ಅವರ ಸಹ-ಲೇಖಕ ಕೆನ್ನೆತ್ ಬ್ಲಾಂಚಾರ್ಡ್ ಇದನ್ನು ಇತರರೊಂದಿಗೆ ಹಂಚಿಕೊಳ್ಳಲು ಪುಸ್ತಕವಾಗಿ ಬರೆಯಲು ಅವರನ್ನು ಪ್ರೋತ್ಸಾಹಿಸಿದರು.

ಕಥೆಯನ್ನು ಬರೆದ ಎರಡು ದಶಕಗಳ ನಂತರ, ಈ ಪುಸ್ತಕವನ್ನು ಪ್ರಕಟಿಸಲಾಯಿತು. ಇದು ಶೀಘ್ರದಲ್ಲೇ #1 ಬೆಸ್ಟ್ ಸೆಲ್ಲರ್ ಆಯಿತು, ಮೊದಲ 16 ತಿಂಗಳುಗಳಲ್ಲಿ ಒಂದು ಮಿಲಿಯನ್ ಪ್ರತಿಗಳು ಮತ್ತು ಮುಂದಿನ ಐದು ವರ್ಷಗಳಲ್ಲಿ 21 ಮಿಲಿಯನ್ ಪ್ರತಿಗಳು ಮುದ್ರಣವಾದವು. 2005 ರಲ್ಲಿ, Amazon.com ಹೂ ಮೂವ್ಡ್ ಮೈ ಚೀಸ್? ಅವರ #1 ಆಲ್-ಟೈಮ್ ಬೆಸ್ಟ್ ಸೆಲ್ಲಿಂಗ್ ಪುಸ್ತಕವಾಗಿದೆ ಎಂದು ವರದಿ ಮಾಡಿತು.

ಕಥೆಯಲ್ಲಿ ತಾವು ಕಂಡುಕೊಂಡ ವಿಷಯಗಳು ತಮ್ಮ ವೃತ್ತಿಜೀವನ,

ವ್ಯವಹಾರಗಳು, ಆರೋಗ್ಯ ಮತ್ತು ಕೌಟುಂಬಿಕ ಜೀವನವನ್ನು ಸುಧಾರಿಸಿದೆ ಎಂದು ಜನರು ವರದಿ ಮಾಡಿದ್ದಾರೆ. ಚೀಸ್ ಕಥೆಯು ಮನೆಗಳು, ಕಂಪನಿಗಳು, ಶಾಲೆಗಳು, ಚರ್ಚುಗಳು, ಮಿಲಿಟರಿ ಮತ್ತು ಕ್ರೀಡಾ ಕ್ಷೇತ್ರಗಳಿಗೂ ಪ್ರವೇಶಿಸಿದೆ.

ಇದು ಪ್ರಪಂಚದಾದ್ಯಂತ ಅನೇಕ ವಿದೇಶಿ ಭಾಷೆಗಳಲ್ಲಿ ಭಾಷಾಂತರವಾಗಿದೆ. ಇದರ ಆಕರ್ಷಣೆ ಸಾರ್ವತ್ರಿಕವಾಗಿದೆ.

ಮತ್ತೊಂದೆಡೆ, ವಿಮರ್ಶಕರು, ಹೇಗೆ ಇಷ್ಟೊಂದು ಜನರು ಇದನ್ನು ಅಷ್ಟು ಮೌಲ್ಯಯುತವೆಂದು ಕಂಡುಕೊಂಡಿದ್ದಾರೆ ಎಂಬುದನ್ನು ಅರ್ಥಮಾಡಿಕೊಳ್ಳುತ್ತಿಲ್ಲ. ಅವರು ಪ್ರಕಾರ ಕಥೆ ತುಂಬಾ ಸರಳವಾಗಿದೆ, ಒಂದು ಮಗು ಸಹ ಅರ್ಥಮಾಡಿಕೊಳ್ಳಬಹುದು, ಮತ್ತು ಅದು ಅವರ ಬುದ್ಧಿವಂತಿಕೆಯನ್ನು ಅವಮಾನಿಸುತ್ತದೆ, ಏಕೆಂದರೆ ಇದು ಕೇವಲ ನೇರ ಸಾಮಾನ್ಯ ಜ್ಞಾನವಾಗಿದೆ. ಕಥೆಯಿಂದ ಜನರಿಗೆ ಏನೂ ವಿಶೇಷವಾಗಿ ದೊರೆಯುವುದಿಲ್ಲ. ಕೆಲವರು, 'ಇದು ಎಲ್ಲಾ ಬದಲಾವಣೆಗಳು ಒಳ್ಳೆಯದು ಮತ್ತು ಜನರು ಇತರರು ಹೇರಿದ ಅನಗತ್ಯ ಬದಲಾವಣೆಗಳಿಗೆ ತರ್ಕರಹಿತವಾಗಿ ಒಪ್ಪಿಕೊಳ್ಳಬೇಕು' ಎಂದು ಹೇಳಿದಂತಿದೆ ಎನ್ನುತ್ತಾರೆ. ಆದರೆ, ಕಥೆಯಲ್ಲಿ ಆ ರೀತಿ ಹೇಳಿಲ್ಲ.

ಅಭಿಮಾನಿಗಳು ಮತ್ತು ವಿಮರ್ಶಕರು ಇಬ್ಬರೂ ಹೇಳಿದ್ದು ತಮ್ಮದೇ ಆದ ರೀತಿಯಲ್ಲಿ 'ಸರಿಯಾಗಿದೆ' ಎಂದು ಲೇಖಕರು ಹೇಳಿದ್ದಾರೆ. ಹೂ ಮೂವ್ಡ್ ಮೈ ಚೀಸ್ ಕಥೆಯಲ್ಲಿ ಏನಿದೆ ಎಂಬುದಲ್ಲ, ಬದಲಾಗಿ ಅದನ್ನು ನೀವು ಹೇಗೆ ಅರ್ಥೈಸುತ್ತೀರಿ ಮತ್ತು ಅದನ್ನು ನಿಮ್ಮ ಸ್ವಂತ ಪರಿಸ್ಥಿತಿಗೆ ಹೇಗೆ ಅನ್ವಯಿಸುತ್ತೀರಿ ಎಂಬುದು ಅದಕ್ಕೆ ಮೌಲ್ಯವನ್ನು ನೀಡುತ್ತದೆ.

'ಹೂ ಮೂವ್ಡ್ ಮೈ ಚೀಸ್' ಕಥೆಯನ್ನು ನೀವು ಅರ್ಥೈಸಿಕೊಂಡು ಅದನ್ನು ನಿಮ್ಮ ಜೀವನದಲ್ಲಿ ಕಾರ್ಯರೂಪಕ್ಕೆ ತರುವುದು, ನೀವು ಅರ್ಹರಾದ 'ಹೊಸ ಚೀಸ್' ಹುಡುಕಲು ಮತ್ತು ಆಸ್ವಾದಿಸಲು ನಿಮಗೆ ಸಹಾಯ ಮಾಡುತ್ತದೆ ಎಂದು ಆಶಿಸಿದ್ದೇನೆ.

‘ಹೂ ಮೂವ್ಡ್ ಮೈ ಚೀಸ್?’

“ಯಾವಾಗಲೋ ಒಮ್ಮೆ ಭವಿಷ್ಯದ ಬಾಗಿಲು ತೆರೆಯುವ ಪುಸ್ತಕ ಬರುತ್ತದೆ. ಈ ಪುಸ್ತಕವು ನನ್ನ ಮೇಲೆ ಆ ರೀತಿಯ ಪರಿಣಾಮವನ್ನು ಬೀರಿದೆ.”

– ಡೇವಿಡ್ ಎ. ಹೀನನ್, ಮಂಡಳಿ ಸದಸ್ಯ, ಪೀಟರ್ ಎಫ್. ಡ್ರಕ್ಕರ್ ನಿರ್ವಹಣಾ ಕೇಂದ್ರ

“ನಾನು ಇದನ್ನು ಓದಿ ಮುಗಿಸಿದ ತಕ್ಷಣ, ತಂಡಗಳನ್ನು ಬದಲಾಯಿಸುವುದ-ರಿಂದ ಹಿಡಿದು ಹೊಸ ಮಾರುಕಟ್ಟೆಗಳನ್ನು ಅಭಿವೃದ್ಧಿಪಡಿಸುವವರೆಗೆ ನಾವು ಎದುರಿಸುತ್ತಿರುವ ನಿರಂತರ ಬದಲಾವಣೆಗಳನ್ನು ನಿಭಾಯಿಸಲು ನಮಗೆ ಸಹಾಯವಾಗಲೆಂದು ಈ ಪುಸ್ತಕದ ಪ್ರತಿಗಳನ್ನು ಆರ್ಡರ್ ಮಾಡಿದೆ.”

– ಜೋನ್ ಬ್ಯಾಂಕ್ಸ್, ಕಾರ್ಯಕ್ಷಮತೆ ಪರಿಣಾಮಕಾರಿತ್ವ ತಜ್ಞ, ವರ್ಲ್‌ಪೂಲ್ ಕಾರ್ಪೊರೇಷನ್

“ನಮ್ಮ ಮನೆಯಲ್ಲಿ ಬೆಚ್ಚಗಿನ ಬೆಂಕಿಯ ಮುಂದೆ ಕುಳಿತು ನನ್ನ ಮಕ್ಕಳು ಮತ್ತು ಮೊಮ್ಮಕ್ಕಳಿಗೆ ಈ ಅದ್ಭುತ ಕಥೆಯನ್ನು ನಾನು ಓದುತ್ತಿರುವುದನ್ನು ಮತ್ತು ಅವರು ಇದರ ಕಲಿಕೆಗಳನ್ನು ಅರ್ಥಮಾಡಿಕೊಳ್ಳುತ್ತಿರುವುದನ್ನು ಊಹಿಸಿಕೊಳ್ಳಬಲ್ಲೆ.”

– ಲೆಫ್ಟಿನೆಂಟ್ ಕರ್ನಲ್ ವೇಯ್ನ್ ವಾಷರ್, ಏರೋನಾಟಿಕಲ್ ಸೈನ್ಸ್ ಸೆಂಟರ್, ಪ್ಯಾಟರ್ಸನ್ ಎಎಫ್‌ಬಿ

“ಡಾ. ಜಾನ್ಸನ್ ಅವರ ಆಕರ್ಷಕ ಚಿತ್ರಗಳು ಮತ್ತು ಭಾಷೆ, ಬದಲಾವಣೆಯನ್ನು ನಿರ್ವಹಿಸುವ, ಮೂಲಭೂತವಾಗಿ ಸಶಕ್ತ ಮತ್ತು ಸ್ಮರಣೀಯ ಮಾರ್ಗವನ್ನು ನಮಗೆ ನೀಡುತ್ತದೆ.”

– ಆಲ್ಬರ್ಟ್ ಜೆ. ಸಿಮೋನ್, ಅಧ್ಯಕ್ಷರು, ರೋಚೆಸ್ಟರ್ ಇನ್ಸ್ಟಿಟ್ಯೂಟ್ ಆಫ್ ಟೆಕ್ನಾಲಜಿ

"ಸ್ಪೆನ್ಸರ್ ಜಾನ್ಸನ್ ಅವರ ವಿಶಿಷ್ಟ ಒಳನೋಟಗಳು ಮತ್ತು ಕಥೆ ಹೇಳುವಿಕೆಯು ಈ ಬದಲಾಗುತ್ತಿರುವ ಕಾಲದಲ್ಲಿ ಉತ್ತಮವಾಗಿ ಕಾರ್ಯನಿರ್ವಹಿಸಲು ಬಯಸುವ ಪ್ರತಿಯೊಬ್ಬರೂ ಓದಬೇಕಾದ ಮತ್ತು ಅರ್ಥಮಾಡಿಕೊಳ್ಳಬಹುದಾದ ಅಪರೂಪದ ಪುಸ್ತಕವನ್ನಾಗಿ ಮಾಡುತ್ತದೆ."

– ರಾಂಡಿ ಹ್ಯಾರಿಸ್, ಮಾಜಿ ಉಪಾಧ್ಯಕ್ಷರು, ಮೆರಿಲ್ ಲಿಂಚ್ ಇಂಟರ್ನ್ಯಾಷನಲ್

"ಬದಲಾವಣೆಯ ಸುತ್ತಲಿನ ನಮ್ಮ ಸ್ವಂತ ವೈಯಕ್ತಿಕ ಸಂದರ್ಭಗಳನ್ನು ನಾವು ಎದುರಿಸುವಾಗ ಈ ಪುಸ್ತಕವು ನಮಗೆ ಬಳಸಲು ಸರಳವಾದ, ಅರ್ಥವಾಗುವ ಮಾರ್ಗಸೂಚಿಯಾಗಿದೆ."

– ಮೈಕೆಲ್ ಮಾರ್ಲಿ, ಹಿರಿಯ ಉಪಾಧ್ಯಕ್ಷ, ಈಸ್ಟ್‌ಮನ್ ಕೊಡಾಕ್

"ಈ ಅದ್ಭುತ ಪುಸ್ತಕವು ಅದರ ಕಲಿಕೆಗಳನ್ನು ಅಳವಡಿಸಿಕೊಳ್ಳುವ ಯಾವುದೇ ವ್ಯಕ್ತಿ ಅಥವಾ ಗುಂಪಿಗೆ ಒಂದು ಆಸ್ತಿಯಾಗಿದೆ."

– ಜಾನ್ ಎ. ಲೋಪಿಯಾನೊ, ಹಿರಿಯ ವಿ.ಪಿ. ಜೆರಾಕ್ಸ್ ಕಾರ್ಪೊರೇಷನ್

Who Moved My Cheese?

ಹೂ ಮೂವ್ಡ್ ಮೈ ಚೀಸ್

ಲೇಖಕರು : ಸ್ಪೆನ್ಸರ್ ಜಾನ್ಸನ್, ಎಂ. ಡಿ.

ಅನುವಾದಕರು : ಸತೀಶ್ ಜೋಶಿ

First Edition: April 2026

Publisher: WOW publishings Pvt. Ltd., Pune

Printer: Trinity Academy For Corporate Training Ltd,
Pune, India

ISBN: 978-81-999004-4-8

No. of pages-104
Price: ₹ 175/-

Who Moved my Cheese

by Spenser Johnson, M. D.

ಈ ಕಥೆಯನ್ನು ಬರೆಯಲು ನನಗೆ ಉತ್ಸಾಹ ತುಂಬಿ
ನನ್ನನ್ನು ಪ್ರೋತ್ಸಾಹಿಸಿದ ಮತ್ತು ಅದನ್ನು ಇಷ್ಟೊಂದು
ಜನರಿಗೆ ತಲುಪಿಸಿದ ನನ್ನ ಸ್ನೇಹಿತ ಕೆನ್ನೆತ್ ಬ್ಲಾಂಚಾರ್ಡ್,
ಪಿಎಚ್.ಡಿ. ಅವರಿಗೆ ಇದನ್ನು ಸಮರ್ಪಿಸಲಾಗಿದೆ.

ಇಲಿಗಳು ಮತ್ತು ಮನುಷ್ಯರು ರೂಪಿಸುವ
ಅತ್ಯುತ್ತಮ ಯೋಜನೆಗಳು ಹೆಚ್ಚಾಗಿ ದಾರಿ ತಪ್ಪುತ್ತವೆ.

ರಾಬರ್ಟ್ ಬರ್ನ್ಸ್
1759 –1796

ಜೀವನವು ನಾವು ಮುಕ್ತವಾಗಿ ಮತ್ತು ಅಡೆತಡೆಯಿಲ್ಲದೆ
ಪ್ರಯಾಣಿಸುವ ನೇರ ಮತ್ತು ಸುಲಭವಾದ ಕಾರಿಡಾರ್
ಅಲ್ಲ, ಬದಲಿಗೆ ತಿರುವು-ಮುರುವುಗಳ ಸಂಕೀರ್ಣ
ಮಾರ್ಗಜಾಲವಾಗಿದೆ, ಅದರ ಮೂಲಕ ನಾವು ನಮ್ಮ
ದಾರಿಯನ್ನು ಹುಡುಕಬೇಕು, ಅಲ್ಲಿ ಕೆಲವೊಮ್ಮೆ ದಾರಿ
ತಪ್ಪಿ ಗೊಂದಲಕ್ಕೊಳಗಾಗಬಹುದು, ಆಗಾಗ ಕಾರ್ಗತ್ತಲ
ಗಲ್ಲಿಯಲ್ಲಿ ಸಿಲುಕಬಹುದು.
ಆದರೆ ಯಾವಾಗಲೂ, ನಮಗೆ ನಂಬಿಕೆಯಿದ್ದರೆ, ನಮಗಾಗಿ
ಒಂದು ಬಾಗಿಲು ತೆರೆಯುತ್ತದೆ, ಬಹುಶಃ ನಾವು ಎಂದಿಗೂ
ಯೋಚಿಸದ ಒಂದು ಬಾಗಿಲು. ಅದು ಕೊನೆಯಲ್ಲಿ ನಮಗೆ
ಉತ್ತಮ ದಾರಿ ಎಂದು ಪರಿಣಮಿಸುತ್ತದೆ.

ಎ.ಜೆ. ಕ್ರೋನಿನ್

ವಿಷಯಗಳು

ನಮ್ಮೊಳಗಿನ ಭಾಗಗಳು

ಸರಳ ಮತ್ತು ಸಂಕೀರ್ಣ

ಈ ಕಥೆಯಲ್ಲಿ ರಚಿಸಲಾದ ನಾಲ್ಕು ಕಾಲ್ಪನಿಕ ಪಾತ್ರಗಳು – ಇಲಿಗಳು: 'ಸ್ನಿಫ್' ಮತ್ತು 'ಸ್ಕರ್ರಿ' ಮತ್ತು ಪುಟ್ಟ ಜನರು: 'ಹೆಮ್' ಮತ್ತು 'ಹಾ' – ಯಾವುದೇ ವಯಸ್ಸು, ಲಿಂಗ, ಜನಾಂಗ ಅಥವಾ ರಾಷ್ಟ್ರೀಯತೆಯನ್ನು ಉದ್ದೇಶಿಸದೆ, ನಮ್ಮ ಸರಳ ಮತ್ತು ಸಂಕೀರ್ಣ ಭಾಗಗಳನ್ನು ಪ್ರತಿನಿಧಿಸಲು ಉದ್ದೇಶಿಸಲಾಗಿದೆ.

ಕೆಲವೊಮ್ಮೆ ನಾವು

ಬದಲಾವಣೆಯನ್ನು ಮೊದಲೇ ಮೂಸುವ

ಸ್ನಿಫ್

ಅಥವಾ ಕಾರ್ಯಕ್ಕೆ ಇಳಿಯುವ

ಸ್ಕರ್ರಿ

ಅಥವಾ ಕೆಟ್ಟದ್ದಾಗಬಹುದು ಎಂದು ಭಯಪಟ್ಟು ಬದಲಾವಣೆಯನ್ನು ನಿರಾಕರಿಸುವ ಮತ್ತು ವಿರೋಧಿಸುವ

ಹೆಮ್

ಅಥವಾ ಬದಲಾಗುವುದನ್ನು ನೋಡಿದಾಗ ಒಳ್ಳೆಯದಾಗಬಹುದು ಎಂದು ಸಮಯಕ್ಕೆ ಹೊಂದಿಕೊಳ್ಳಲು ಕಲಿಯುವ

ಹಾ

ಆಗಿರಬಹುದು!

ನಾವು ನಮ್ಮ ಯಾವುದೇ ಭಾಗಗಳನ್ನು ಬಳಸಲು ಆರಿಸಿಕೊಂಡರೂ, ಒಂದು ವಿಷಯ ಸಾಮಾನ್ಯವಾಗಿದೆ, ಅದು; ಮೇಝ್(ಗೊಂದಲ ಮಾರ್ಗ)ನಲ್ಲಿ ನಮ್ಮ ಮಾರ್ಗವನ್ನು ಕಂಡುಕೊಳ್ಳುವ ಮತ್ತು ಬದಲಾಗುತ್ತಿರುವ ಕಾಲದಲ್ಲಿ ಯಶಸ್ವಿಯಾಗುವ ಅವಶ್ಯಕತೆ.

ಕಥೆಯ ಹಿಂದಿನ ಕಥೆ

ಕೆನ್ನೆತ್ ಬ್ಲಾಂಚಾರ್ಡ್, ಪಿಎಚ್.ಡಿ. ಅವರಿಂದ

ಹೂ ಮೂವ್ಡ್ ಮೈ ಚೀಸ್‌ನ 'ಕಥೆಯ ಹಿಂದಿನ ಕಥೆ'ಯನ್ನು ನಿಮಗೆ ಹೇಳಲು ನನಗೆ ತುಂಬಾ ಸಂತೋಷವಾಗುತ್ತಿದೆ. ಏಕೆಂದರೆ, ಪುಸ್ತಕ ಈಗ ಬರೆದು, ನಾವೆಲ್ಲರೂ ಓದಲು, ಆನಂದಿಸಲು ಮತ್ತು ಇತರರೊಂದಿಗೆ ಹಂಚಿಕೊಳ್ಳಲು ಲಭ್ಯವಿದೆ.

ಕೆಲವು ವರ್ಷಗಳ ಹಿಂದೆ, ನಾವು ನಮ್ಮ **'ದಿ ಒನ್ ಮಿನಿಟ್ ಮ್ಯಾನೇಜರ್'** ಪುಸ್ತಕವನ್ನು ಒಟ್ಟಿಗೆ ಬರೆಯುವುದಕ್ಕಿಂತ ಮುಂಚೆ, ಸ್ಪೆನ್ಸರ್ ಜಾನ್ಸನ್ ಅವರು ತಮ್ಮ ಅದ್ಭುತ 'ಚೀಸ್' ಕಥೆಯನ್ನು ಹೇಳುವುದನ್ನು ನಾನು ಕೇಳಿದಾಗಿನಿಂದ ಇದು ಪುಸ್ತಕವಾಗಿ ಹೊರಬರಬೇಕೆಂದು ನಾನು ಬಯಸುತ್ತಿದ್ದೆ.

ನಾನು ಕಥೆ ಕೇಳಿದಾಗಿನಿಂದ ಈ ಕಥೆ ಎಷ್ಟು ಚೆನ್ನಾಗಿದೆ, ಇದು ನನಗೆ ಬಹಳ ಸಹಾಯಕವಾಗುತ್ತದೆ ಎಂದು ಯೋಚಿಸುತ್ತಿದ್ದೆ.

ಹೂ ಮೂವ್ಡ್ ಮೈ ಚೀಸ್? (ನನ್ನ ಚೀಸನ್ನು ಯಾರು ಸ್ಥಳಾಂತರಿಸಿದರು?) ಎಂಬುದು ಒಂದು ಮೇಝ್*(ಸಂಕೀರ್ಣ ಮಾರ್ಗಜಾಲ)ನಲ್ಲಿ ನಡೆಯುವ ಬದಲಾವಣೆಯ ಕುರಿತಾದ ಕಥೆಯಾಗಿದ್ದು, ಆ ಜಾಲದಲ್ಲಿ ನಾಲ್ಕು ಮನೋರಂಜನಾ ಪಾತ್ರಗಳು 'ಚೀಸ್' ಅನ್ನು ಹುಡುಕುತ್ತವೆ –

ಚೀಸ್ ನಾವು ಜೀವನದಲ್ಲಿ ಏನನ್ನು ಪಡೆದುಕೊಳ್ಳಲು ಬಯಸುತ್ತೇವೆ ಎಂಬುದರ ಸೂಚಕವಾಗಿದೆ– ಅದು ಉದ್ಯೋಗ, ಸಂಬಂಧ, ಹಣ, ದೊಡ್ಡ ಮನೆ, ಸ್ವಾತಂತ್ರ್ಯ, ಆರೋಗ್ಯ, ಗುರುತಿಸುವಿಕೆ, ಆಧ್ಯಾತ್ಮಿಕ ಶಾಂತಿ ಆಗಿರಬಹುದು ಅಥವಾ ಜಾಗಿಂಗ್ ಅಥವಾ ಗಾಲ್ಫ್‌ನಂತಹ ಚಟುವಟಿಕೆಯೂ ಆಗಿರಬಹುದು.

ನಮ್ಮಲ್ಲಿ ಪ್ರತಿಯೊಬ್ಬರಿಗೂ ಚೀಸ್ ಎಂದರೇನು ಎಂಬುದರ ಕುರಿತು ನಮ್ಮದೇ ಆದ ಕಲ್ಪನೆ ಇರುತ್ತದೆ. ಅದು ನಮಗೆ ತೃಪ್ತಿ ನೀಡುತ್ತದೆ ಎಂದು ನಾವು ನಂಬುವುದರಿಂದ ನಾವು ಅದನ್ನು ಪಡೆದುಕೊಳ್ಳಲು ಬಯಸುತ್ತೇವೆ. ನಾವು ಅದನ್ನು ಪಡೆದುಕೊಂಡರೆ, ಅದರೊಂದಿಗೆ ವ್ಯಾಮೋಹ ಬೆಳೆಸಿಕೊಳ್ಳುತ್ತೇವೆ.

ಒಂದು ವೇಳೆ ನಾವು ಅದನ್ನು ಕಳೆದುಕೊಂಡರೆ ಅಥವಾ ಅದನ್ನು ಬೇರೆ ಯಾರಾದರೂ ತೆಗೆದುಕೊಂಡರೆ, ಅದು ಆಘಾತಕಾರಿಯಾಗಿರಬಹುದು.

ಕಥೆಯಲ್ಲಿನ 'ಮೇಜ್'(maze/ಗೊಂದಲ ಮಾರ್ಗ) ನಾವು ಬಯಸಿದ್ದನ್ನು ಹುಡುಕುತ್ತಾ ಸಮಯವನ್ನು ಕಳೆಯುವ ಸ್ಥಳವನ್ನು ಪ್ರತಿನಿಧಿಸುತ್ತದೆ. ಅದು ನಾವು ಕೆಲಸ ಮಾಡುವ ಸಂಸ್ಥೆ, ವಾಸಿಸುವ ಸಮುದಾಯ ಅಥವಾ ನಮ್ಮ ಜೀವನದಲ್ಲಿ ನಾವು ಹೊಂದಿರುವ ಸಂಬಂಧಗಳಾಗಿರಬಹುದು.

* 'ಮೇಜ್'(maze/ ಗೊಂದಲ ಮಾರ್ಗ)

ಪ್ರಪಂಚದಾದ್ಯಂತದ ನನ್ನ ಭಾಷಣಗಳಲ್ಲಿ ನೀವು ಈ ಕೆಳಗೆ ಓದಲಿರುವ ಚೀಸ್ ಕಥೆಯನ್ನು ನಾನು ಹೇಳುತ್ತಿರುತ್ತೇನೆ. ಈ ಚೀಸ್ ಕಥೆಯಿಂದ ಅವರಿಗೆ ಪ್ರಯೋಜನವಾಗಿದೆ ಎಂದು ಜನರಿಂದ ಆಗಾಗ ಕೇಳುತ್ತಿರುತ್ತೇನೆ.

ನೀವು ನಂಬಬಹುದು ಅಥವಾ ನಂಬದೇ ಇರಬಹುದು, ಈ ಸಣ್ಣ ಕಥೆಯು ವೃತ್ತಿ, ಕುಟುಂಬ ಮತ್ತು ಜೀವನವನ್ನು ಸುಧಾರಿಸುವ ಯಶಸ್ಸಿಗೆ ಪಾತ್ರವಾಗಿದೆ!

ನಿಜ ಜೀವನದ ಅನೇಕ ಉದಾಹರಣೆಗಳಲ್ಲಿ ಒಂದು, ಎನ್‌ಬಿಸಿ-ಟಿವಿಯ ಗೌರವಾನ್ವಿತ ಪ್ರಸಾರಕರಾದ ಚಾರ್ಲಿ ಜೋನ್ಸ್ ನದ್ದು. 'ಹೂ ಮೂವ್ಡ್ ಮೈ ಚೀಸ್?' ಕಥೆಯಿಂದ ಅವನ ವೃತ್ತಿಜೀವನ ಸುರಕ್ಷಿತವಾಗಿ ಉಳಿದುಕೊಂಡಿತು ಎಂದು ಬಹಿರಂಗವಾಗಿ ಹೇಳಿದ್ದಾನೆ. ಪ್ರಸಾರಕನಾಗಿ ತನ್ನ ಕೆಲಸ ಬಹಳ ವಿಶಿಷ್ಟವಾದದ್ದು, ಆದರೆ ಈ ಕಥೆಯಿಂದ ತಾನು ಕಲಿತ ಕಲಿಕೆಗಳನ್ನು ಯಾರಾದರೂ ಬಳಸಬಹುದು ಎಂದು ಹೇಳಿದ್ದಾನೆ.

ಏನಾಯಿತು ಎಂಬುದು ಇಲ್ಲಿದೆ: ಚಾರ್ಲಿ ಕಷ್ಟಪಟ್ಟು ಕೆಲಸ ಮಾಡಿದ್ದ ಮತ್ತು ಹಿಂದಿನ ಒಲಿಂಪಿಕ್ ಕ್ರೀಡಾಕೂಟದಲ್ಲಿ ಟ್ರ್ಯಾಕ್ ಮತ್ತು ಫೀಲ್ಡ್ ಆಟಗಳನ್ನು ಪ್ರಸಾರ ಮಾಡುವಲ್ಲಿ ಉತ್ತಮ ಕೆಲಸ ಮಾಡಿದ್ದ. ಆದರೆ, ಮುಂದಿನ ಒಲಿಂಪಿಕ್ಸ್ ಕಾರ್ಯಕ್ರಮ ಪ್ರಸಾರದಿಂದ ಅವನನ್ನು ತೆಗೆದುಹಾಕಲಾಗಿದೆ ಮತ್ತು ಈಜು ಮತ್ತು ಡೈವಿಂಗ್ ವರದಿಗೆ ನಿಯೋಜಿಸಲಾಗಿದೆ ಎಂದು ಅವನ ಬಾಸ್ ಹೇಳಿದಾಗ ಅವನಿಗೆ ಆಶ್ಚರ್ಯವಾಯಿತು ಮತ್ತು ಅವನು ಅಸಮಾಧಾನಗೊಂಡ.

ಈ ಕ್ರೀಡೆಗಳನ್ನು ಅಷ್ಟಾಗಿ ತಿಳಿದಿಲ್ಲದ ಕಾರಣ ಅವನು ನಿರಾಶೆಗೊಂಡ. ತನ್ನ ಕೆಲಸಕ್ಕೆ ಸೂಕ್ತ ಪ್ರಶಂಸೆ ದೊರೆಯಲಿಲ್ಲ ಎಂದು ಅವನು ಕೋಪಗೊಂಡ. ಅದು ನ್ಯಾಯಯುತವಲ್ಲ ಎಂದು ಅವನು ಭಾವಿಸಿದ! ಅವನ ಕೋಪವು ಅವನು ಮಾಡಿದ ಎಲ್ಲದರ ಮೇಲೆ ಪರಿಣಾಮ ಬೀರಲು ಪ್ರಾರಂಭಿಸಿತು.

ನಂತರ, ಅವನು 'ಹೂ ಮೂವ್ಡ್ ಮೈ ಚೀಸ್' ಕಥೆಯನ್ನು ಕೇಳಿದನು. ನಂತರ ಅವನು ತನ್ನನ್ನು ತಾನೇ ನೋಡಿ ನಗುತ್ತಾ ತನ್ನ ಮನೋಭಾವವನ್ನು ಬದಲಾಯಿಸಿಕೊಂಡನು. ತನ್ನ ಬಾಸ್ 'ತನ್ನ ಚೀಸನ್ನು ಸ್ಥಳಾಂತರಿಸಿದ್ದಾನೆ' ಎಂದು ಅವನು ತಿಳಿದುಕೊಂಡನು ಮತ್ತು ಅದಕ್ಕೆ ಹೊಂದಿಕೊಂಡನು. ಈ ಕಾರಣದಿಂದ ಅವನು ಎರಡು ಹೊಸ ಕ್ರೀಡೆಗಳನ್ನು ಕಲಿತನು, ಮತ್ತು ಈ ಪ್ರಕ್ರಿಯೆಯಲ್ಲಿ, ಹೊಸದನ್ನು ಕಲಿಯುವುದರಿಂದ ತಾನು ಯುವಕನಾದಂತೆ ಅವನಿಗೆ ಅನಿಸಿತು.

ಅವನ ಬಾಸ್ ಅವನ ಹೊಸ ವರ್ತನೆ ಮತ್ತು ಸಾಮರ್ಥ್ಯವನ್ನು ಗುರುತಿಸಿ ಶೀಘ್ರದಲ್ಲೇ ಅವನಿಗೆ ಉತ್ತಮ ಯೋಜನೆಗಳನ್ನು ನೀಡಿದನು. ಅವನು ಎಂದಿಗಿಂತಲೂ ಹೆಚ್ಚು ಯಶಸ್ಸನ್ನು ಪಡೆದನು ಮತ್ತು ನಂತರ 'ಪ್ರೊ ಫುಟ್‌ಬಾಲ್‌ನ ಹಾಲ್ ಆಫ್ ಫೇಮ್ ಬ್ರಾಡ್‌ಕಾಸ್ಟರ್ಸ್ ಆಲೆ'ಗೆ ಸೇರಿಸಲ್ಪಟ್ಟನು.

ಈ ಕಥೆಯು ಜನರ ಮೇಲೆ, ಅವರ ವೃತ್ತಿಜೀವನದಿಂದ ಅವರ ಪ್ರೇಮಜೀವನದ ವರೆಗೆ ಬೀರಿದ ಪ್ರಭಾವದ ಬಗ್ಗೆ ನಾನು ಕೇಳಿರುವ ಅನೇಕ ನಿಜ ಜೀವನದ ಕಥೆಗಳಲ್ಲಿ ಇದೂ ಒಂದು. ನಾನು 'ಹೂ ಮೂವ್ಡ್ ಮೈ ಚೀಸ್'ನ ಶಕ್ತಿಯನ್ನು ಎಷ್ಟು ಬಲವಾಗಿ ನಂಬುತ್ತೇನೆಂದರೆ, ನಮ್ಮ ಕಂಪನಿಯೊಂದಿಗೆ ಕೆಲಸ ಮಾಡುವ ಎಲ್ಲರಿಗೂ (200 ಕ್ಕೂ ಹೆಚ್ಚು ಜನರಿಗೆ) ನಾನು ಪ್ರಥಮ ಪ್ರಕಟಣೆಗೂ ಮುಂಚಿನ ಆವೃತ್ತಿಯ ಪ್ರತಿಯನ್ನು ನೀಡಿದ್ದೇನೆ.

ಯಾಕೆ?

ಯಾಕೆಂದರೆ, ಭವಿಷ್ಯದಲ್ಲಿ ಜೀವಂತವಾಗಿ ಉಳಿಯಲು ಮಾತ್ರವಲ್ಲದೆ ಸ್ಪರ್ಧಾತ್ಮಕವಾಗಿ ಉಳಿಯಲು ಬಯಸುವ ಪ್ರತಿಯೊಂದು ಕಂಪನಿಯಂತೆ, ಕೆನ್ ಬ್ಲಾಂಚಾರ್ಡ್ ಕಂಪನಿಗಳು ನಿರಂತರವಾಗಿ ಬದಲಾಗುತ್ತಿವೆ. ಅವರು ನಮ್ಮ 'ಚೀಸ್'ನ್ನು ಸ್ಥಳಾಂತರಿಸುತ್ತಲೇ ಇದ್ದಾರೆ. ಹಿಂದೆ ನಮಗೆ

ನಿಷ್ಠಾವಂತ ಉದ್ಯೋಗಿಗಳು ಬೇಕಾಗಿದ್ದರು, ಆದರೆ ಇಂದು ನಮಗೆ 'ಇಲ್ಲಿ ಕೆಲಸಗಳು ನಡೆಯುವ ರೀತಿ'ಯ ಬಗ್ಗೆ ವ್ಯಾಮೋಹವಿಟ್ಟುಕೊಳ್ಳದ, ಹೊಂದಿಕೊಳ್ಳುವ ಜನರು ಬೇಕಾಗಿದ್ದಾರೆ.

ಆದರೂ, ನಿಮಗೆ ತಿಳಿದಿರುವಂತೆ, ವೃತ್ತಿಜೀವನದಲ್ಲಿ ಅಥವಾ ವೈಯಕ್ತಿಕ ಜೀವನದಲ್ಲಿ ನಿರಂತರವಾಗಿ ಬದಲಾವಣೆಗಳು ಸಂಭವಿಸುತ್ತಿರುವಾಗ, ಜನರಿಗೆ ಬದಲಾವಣೆಯನ್ನು ನಿಭಾಯಿಸುವ ಉತ್ತಮ ವಿಧಾನ ಗೊತ್ತಿಲ್ಲದಿದ್ದರೆ, ಇಂತಹ ನಿರಂತರವಾದ ಅಸ್ಥಿರ ಸ್ಥಿತಿಯಲ್ಲಿ ಬದುಕುವುದು ಒತ್ತಡದಾಯಕವಾಗಿರುತ್ತದೆ. ಜನರು ಬದಲಾವಣೆಯನ್ನು ಅರ್ಥಮಾಡಿಕೊಂಡು ಮುಂದುವರಿಯದಿದ್ದರೆ, ಈ ಚೀಸ್ ಕಥೆಯನ್ನು ಪರಿಚಯಿಸಿ.

ನಾನು ಜನರಿಗೆ ಕಥೆಯ ಬಗ್ಗೆ ಹೇಳಿ, ಅವರು ಹೂ ಮೂವ್ಡ್ ಮೈ ಚೀಸ್ ಅನ್ನು ಓದಿದಾಗ ನಕಾರಾತ್ಮಕ ಶಕ್ತಿಯು ಕಮರಿಹೋಗುವುದನ್ನು ನಾನು ಬಹುತೇಕ ಕಡೆ ನೋಡಿದ್ದೇನೆ. ನಮ್ಮ ಕಂಪನಿಯ ಪ್ರತಿಯೊಂದು ವಿಭಾಗದಿಂದ ಸಿಬ್ಬಂದಿಗಳು ಒಬ್ಬೊಬ್ಬರಾಗಿ, ಈ ಪುಸ್ತಕ ಕೊಟ್ಟಿದ್ದಕ್ಕಾಗಿ ನನಗೆ ಧನ್ಯವಾದ ಹೇಳಲು ಬಂದರು. ನಮ್ಮ ಕಂಪನಿಯಲ್ಲಿ ನಡೆಯುತ್ತಿರುವ ಬದಲಾವಣೆಗಳನ್ನು ಧನಾತ್ಮಕವಾಗಿ ನೋಡುವಲ್ಲಿ ಇದು ಅವರಿಗೆ ಎಷ್ಟು ಸಹಾಯಕವಾಗಿದೆ ಎಂದು ಹೇಳಿದರು. ನನ್ನನ್ನು ನಂಬಿ, ಈ ಸಂಕ್ಷಿಪ್ತ ದೃಷ್ಟಾಂತವನ್ನು ಓದಲು ಸ್ವಲ್ಪ ಸಮಯ ತೆಗೆದುಕೊಳ್ಳುತ್ತದೆ, ಆದರೆ ಇದರ ಪ್ರಭಾವವು ಆಳವಾಗಿರಲಿದೆ.

ನೀವು ಪುಟಗಳನ್ನು ತಿರುಗಿಸಿದಾಗ, ಈ ಪುಸ್ತಕದಲ್ಲಿ ನೀವು ಮೂರು ವಿಭಾಗಗಳನ್ನು ಕಾಣಬಹುದು. ಮೊದಲನೆಯದು, 'ಒಂದು ಸ್ನೇಹಿತರ ಕೂಟ'. ಅದರಲ್ಲಿ, ಮಾಜಿ ಸಹಪಾಠಿಗಳು ತಮ್ಮ ಜೀವನದಲ್ಲಿ ಆಗುತ್ತಿರುವ ಬದಲಾವಣೆಗಳನ್ನು ಎದುರಿಸಲು ಪ್ರಯತ್ನಿಸುವ ಬಗ್ಗೆ ತಮ್ಮ ಪುನರ್ಮಿಲನದ ಭೇಟಿಯಲ್ಲಿ ಮಾತನಾಡುತ್ತಾರೆ.

ಎರಡನೇ ವಿಭಾಗವು 'ನನ್ನ ಚೀಸನ್ನು ಯಾರು ಸ್ಥಳಾಂತರಿಸಿದರು?'

ಕಥೆ, ಇದು ಪುಸ್ತಕದ ತಿರುಳು. 'ಈ ಕಥೆ'ಯಲ್ಲಿ, ಬದಲಾವಣೆಯನ್ನು ಎದುರಿಸುವಾಗ ಎರಡು ಇಲಿಗಳು ಉತ್ತಮವಾಗಿ ಕಾರ್ಯನಿರ್ವಹಿಸುತ್ತವೆ ಏಕೆಂದರೆ ಅವು ವಿಷಯಗಳನ್ನು ಸರಳವಾಗಿ ತೆಗೆದುಕೊಳ್ಳುತ್ತವೆ. ಆದರೆ ಇಬ್ಬರು ಪುಟ್ಟ ಜನರ ಸಂಕೀರ್ಣ ಮೆದುಳುಗಳು ಮತ್ತು ಮಾನವ ಭಾವನೆಗಳು ವಿಷಯಗಳನ್ನು ಸಂಕೀರ್ಣಗೊಳಿಸುತ್ತವೆ ಎಂದು ನೀವು ನೋಡುತ್ತೀರಿ. ಇಲಿಗಳು ಬುದ್ಧಿವಂತರು ಎಂದಲ್ಲ. ಜನರು ಇಲಿಗಳಿಗಿಂತ ಹೆಚ್ಚು ಬುದ್ಧಿವಂತರು ಎಂದು ನಮಗೆಲ್ಲರಿಗೂ ತಿಳಿದಿದೆ.

ಈ ನಾಲ್ಕು ಪಾತ್ರಗಳು ಏನು ಮಾಡುತ್ತವೆ ಎಂಬುದನ್ನು ನೀವು ಗಮನಿಸಿದಾಗ, ಇಲಿಗಳು ಮತ್ತು ಪುಟ್ಟ ಜನರು ನಮ್ಮ ಸರಳ ಮತ್ತು ಸಂಕೀರ್ಣ ಭಾಗಗಳನ್ನು ಪ್ರತಿನಿಧಿಸುತ್ತವೆ ಎಂಬುದನ್ನು ಅರ್ಥಮಾಡಿಕೊಂಡಲ್ಲಿ, ವಿಷಯಗಳು ಬದಲಾದಾಗ ಸರಳ ಕೆಲಸಗಳನ್ನು ಮಾಡುವುದು ನಮಗೆ ಪ್ರಯೋಜನಕಾರಿ ಎಂದು ನೀವು ನೋಡಬಹುದು.

ಮೂರನೇ ವಿಭಾಗವಾದ 'ಒಂದು ಚರ್ಚೆ'ಯಲ್ಲಿ, ಈ ಕಥೆಯಲ್ಲಿ ಈ ಸಹಪಾಠಿಗಳು ಏನನ್ನು ಅರ್ಥೈಸಿಕೊಂಡರು ಮತ್ತು ಅದನ್ನು ತಮ್ಮ ವೃತ್ತಿಜೀವನ ಮತ್ತು ವೈಯಕ್ತಿಕ ಜೀವನದಲ್ಲಿ ಹೇಗೆ ಬಳಸಲಿದ್ದಾರೆ ಎಂಬುದನ್ನು ಚರ್ಚಿಸುತ್ತಾರೆ.

ಈ ಪುಸ್ತಕದ ಆರಂಭಿಕ ಹಸ್ತಪ್ರತಿಯ ಕೆಲವು ಓದುಗರು ಕಥೆಯ ಕೊನೆಯಲ್ಲಿ ನಿಲ್ಲಿಸಿ, 'ಒಂದು ಚರ್ಚೆ' ಭಾಗವನ್ನು ಓದದೆ, ಅದರ ಅರ್ಥವನ್ನು ತಾವೇ ಅರ್ಥೈಸಿಕೊಳ್ಳಲು ಆದ್ಯತೆ ನೀಡಿದರು. ಇತರರು 'ಒಂದು ಚರ್ಚೆ' ಭಾಗವನ್ನು ಓದುವುದನ್ನು ಆನಂದಿಸಿದರು. ಏಕೆಂದರೆ ಅದು ಅವರು ಕಲಿತದ್ದನ್ನು ತಮ್ಮ ಸ್ವಂತ ಪರಿಸ್ಥಿತಿಗೆ ಹೇಗೆ ಅನ್ವಯಿಸಬಹುದು ಎಂಬುದರ ಕುರಿತು ಅವರ ಚಿಂತನೆಯನ್ನು ಉತ್ತೇಜಿಸಿತು.

ಎಲ್ಲಾ ಬದಲಾವಣೆಗಳು ಒಳ್ಳೆಯದಲ್ಲ ಅಥವಾ ಅಗತ್ಯವಿಲ್ಲ ಎಂದು ಎಲ್ಲರಿಗೂ ತಿಳಿದಿದೆ. ಆದರೆ ನಿರಂತರವಾಗಿ ಬದಲಾಗುತ್ತಿರುವ ಜಗತ್ತಿನಲ್ಲಿ,

ಯಾವುದಕ್ಕಾದರೂ ಹೇಗೆ ಹೊಂದಿಕೊಳ್ಳುವುದು ಮತ್ತು ಆನಂದಿಸುವುದು ಎಂಬುದನ್ನು ಕಲಿಯುವುದು ನಮಗೆ ಪ್ರಯೋಜನಕಾರಿಯಾಗಿದೆ.

ಯಾವುದೇ ಸಂದರ್ಭದಲ್ಲಿ, ನೀವು ಪ್ರತಿ ಬಾರಿ 'ನನ್ನ ಚೀಸನ್ನು ಯಾರು ಸ್ಥಳಾಂತರಿಸಿದರು?' ಕಥೆಯನ್ನು ಓದಿದಾಗ ಈ ಚಿಕ್ಕ ಕಥೆಯಲ್ಲಿ ನನ್ನಂತೆ ನೀವೂ ಕೂಡ ಹೊಸ ಮತ್ತು ಉಪಯುಕ್ತವಾದದ್ದನ್ನು ಕಂಡುಕೊಳ್ಳುವಿರಿ ಎಂದು ನಾನು ಭಾವಿಸುತ್ತೇನೆ. ಮತ್ತು ಅದು ಬದಲಾವಣೆಯನ್ನು ನಿಭಾಯಿಸಲು ಮತ್ತು ನಿಮಗೆ ಯಶಸ್ಸನ್ನು ತರಲು ಸಹಾಯ ಮಾಡುತ್ತದೆ, ನಿಮಗೆ ಆ ಯಶಸ್ಸು ಏನೇ ಆಗಿದ್ದರೂ ಸರಿ.

ನೀವು ಇದರಲ್ಲಿ ಕಂಡುಕೊಳ್ಳುವುದನ್ನು ಆನಂದಿಸುತ್ತೀರಿ ಎಂದು ಭಾವಿಸುತ್ತೇನೆ ಮತ್ತು ನಿಮಗೆ ಶುಭ ಹಾರೈಸುತ್ತೇನೆ.

ನೆನಪಿಡಿ: ಚೀಸ್‌ನೊಂದಿಗೆ ಸ್ಥಳಾಂತರಗೊಳ್ಳಿ!

ಕೆನ್ನೆತ್ ಬ್ಲಾಂಚಾರ್ಡ್
ಸ್ಯಾನ್ ಡಿಯಾಗೋ, ಕ್ಯಾಲಿಫೋರ್ನಿಯಾ

ಒಂದು ಸ್ನೇಹಿತರ ಕೂಟ

ಶಿಕಾಗೋ ನಗರ

ಶಿಕಾಗೋ ನಗರದಲ್ಲಿ, ಶನಿವಾರದ ರಾತ್ರಿ ನಡೆದ ಪ್ರೌಢಶಾಲಾ ಸಹಪಾಠಿಗಳ ಪುನರ್ಮಿಲನ ಕಾರ್ಯಕ್ರಮದಲ್ಲಿ ಭಾಗವಹಿಸಿದ್ದ ಕೆಲವು ಉತ್ತಮ ಸ್ನೇಹಿತರು ಮರುದಿನ ಬಿರುಬಿಸಿಲಿನ ಭಾನುವಾರದಂದು ಜೊತೆಗೆ ಊಟ ಮಾಡುತ್ತಾ, ಸಮಯ ಕಳೆಯಲೆಂದು ಸೇರಿದ್ದರು. ಅಲ್ಲಿ ಸೇರಿದ್ದ ಪ್ರತಿಯೊಬ್ಬರೂ ತಮ್ಮ ಸ್ನೇಹಿತರ ಜೀವನ ಹೇಗಿದೆ ಎಂದು ತಿಳಿಯಬಯಸಿದ್ದರು. ಒಳ್ಳೆಯ ಊಟ, ಹಾಸ್ಯಭರಿತ ಮಾತುಕತೆ, ನಗು, ಉಲ್ಲಾಸದ ಸಮಯ ಕಳೆದ ನಂತರ, ಅವರು ಒಂದು ರೋಚಕ ಸಂಭಾಷಣೆಯಲ್ಲಿ ತೊಡಗಿದರು.

ತರಗತಿಯಲ್ಲಿ ಅತ್ಯಂತ ಜನಪ್ರಿಯಳಾಗಿದ್ದ ಎಂಜೆಲಾ "ನಾವು ಶಾಲೆಯಲ್ಲಿದ್ದಾಗ ಜೀವನದ ಬಗ್ಗೆ ಏನೆಲ್ಲಾ ಅಂದುಕೊಂಡಿದ್ವಿ, ಆದ್ರೆ ವಾಸ್ತವದಲ್ಲಿ ಜೀವನ ಅದಕ್ಕಿಂತ ತೀರಾ ಭಿನ್ನವಾಗಿದೆ, ನನ್ನ ಜೀವನ ಬಹಳಷ್ಟು ಬದಲಾಗಿದೆ" ಎಂದು ಹೇಳಿದಳು.

ಅದಕ್ಕೆ ಪ್ರತಿಕ್ರಿಯಿಸಿ, ಸಮ್ಮತಿಸುತ್ತಾ ಇನ್ನೊಬ್ಬ ಸ್ನೇಹಿತ ನಾಥನ್, "ಖಂಡಿತ ಹೌದು, ಪರಿಸ್ಥಿತಿ ಬದಲಾದಾಗ, ನಾವು ಬದಲಾಗಲು ಬಯಸುವುದಿಲ್ಲ ಎಂಬುದನ್ನು ನೀವು ಗಮನಿಸಿದ್ದೀರಾ?" ಎಂದು ಕೇಳಿದ. ನಾಥನ್ ತನ್ನ ಕುಟುಂಬದ ವ್ಯವಹಾರದಲ್ಲಿ ಕೈ ಜೋಡಿಸಿದ್ದಾನೆಂದು,

ಅವರ ಕುಟುಂಬದ ವ್ಯವಹಾರ ಬಹಳ ವರ್ಷಗಳಿಂದ ನಡೆದುಕೊಂಡು ಬರುತ್ತಿರುವ, ಸ್ಥಳೀಯ ಸಮುದಾಯದ ಭಾಗವಾದ ವ್ಯವಹಾರ ಎಂದು ಅವರಿಗೆಲ್ಲ ತಿಳಿದಿತ್ತು. ಆದ್ದರಿಂದ, ಅವನು ಈ ಮಾತಿಗೆ ಸಮ್ಮತಿಸಿದಾಗ ಅವರೆಲ್ಲ ಆಶ್ಚರ್ಯಚಕಿತರಾದರು.

"ನಾವು ಬದಲಾಗುವುದನ್ನು ಇಷ್ಟಪಡುವುದಿಲ್ಲ, ಏಕೆಂದರೆ ನಾವು ಬದಲಾವಣೆಗೆ ಭಯ ಪಡುತ್ತೇವೆ" ಎಂದು ಕಾರ್ಲೋಸ್ ಹೇಳಿದ.

"ಕಾರ್ಲೋಸ್, ನೀನು ಫುಟ್ಬಾಲ್ ತಂಡದ ನಾಯಕನಾಗಿದ್ದೆ, ನೀನು ಭಯ ಎಂದು ಹೇಳುತ್ತೀಯಾ ಎಂದು ನಾನು ನಿರೀಕ್ಷಿಸಲಿಲ್ಲ!" ಎಂದು ಜೆಸ್ಸಿಕಾ ಹೇಳಿದಳು.

ಮನೆಗೆಲಸದಿಂದ ಹಿಡಿದು ಕಂಪನಿಗಳನ್ನು ಮುನ್ನಡೆಸುವವರೆಗೆ ಅವರು ಬೇರೆ ಬೇರೆ ದಿಕ್ಕುಗಳಲ್ಲಿ ಹೋಗಿದ್ದರೂ, ಅವರೆಲ್ಲರ ಭಾವನೆಗಳು ಒಂದೇ ರೀತಿ ಇವೆ ಎಂದು ತಿಳಿದು ಅವರೆಲ್ಲರೂ ನಕ್ಕರು.

ಇತ್ತೀಚಿನ ವರ್ಷಗಳಲ್ಲಿ ಅವರೊಂದಿಗೆ ಆಗುತ್ತಿರುವ ಅನಿರೀಕ್ಷಿತ ಬದಲಾವಣೆಗಳನ್ನು ನಿಭಾಯಿಸಲು ಎಲ್ಲರೂ ಪ್ರಯತ್ನಿಸುತ್ತಿದ್ದರು. ಹಾಗೆಯೇ ಅವರಲ್ಲಿ ಅನೇಕರು ಅವುಗಳನ್ನು ನಿಭಾಯಿಸಲು ಉತ್ತಮ ಮಾರ್ಗ ತಮಗೆ ತಿಳಿದಿರಲಿಲ್ಲ ಎಂದು ಒಪ್ಪಿಕೊಂಡರು.

ನಂತರ "ನಾನು ಬದಲಾವಣೆಗೆ ಹೆದರುತ್ತಿದ್ದೆ. ನಮ್ಮ ವ್ಯವಹಾರದಲ್ಲಿ ದೊಡ್ಡ ಬದಲಾವಣೆ ಬಂದಾಗ, ನಮಗೆ ಏನು ಮಾಡಬೇಕೆಂದು ತಿಳಿದಿರಲಿಲ್ಲ. ಆದ್ದರಿಂದ ನಾವು ಹೊಂದಿಕೊಳ್ಳಲಿಲ್ಲ, ಹಾಗಾಗಿ ನಾವು ಬಹಳ ನಷ್ಟ ಅನುಭವಿಸಬೇಕಾಯಿತು. ಆದರೆ, ಅದೆಲ್ಲ ಎಲ್ಲವನ್ನೂ ಬದಲಾಯಿಸಿದ ಕುತೂಹಲಕಾರಿ ಸಣ್ಣ ಕಥೆಯನ್ನು ನಾನು ಕೇಳುವವರೆಗೆ....." ಎಂದು ಮೈಕಲ್ ಹೇಳಿದ.

"ಹೇಗೆ?" ನಾಥನ್ ಕೇಳಿದ.

“ಒಂದು ಕಥೆ ನಾನು ಬದಲಾವಣೆಯನ್ನು ನೋಡುವ ದೃಷ್ಟಿಕೋನವನ್ನೇ ಬದಲಾಯಿಸಿತು. ಏನನ್ನೋ ಕಳೆದುಕೊಳ್ಳುವುದರಿಂದ ಹಿಡಿದು ಏನನ್ನೋ ಪಡೆದುಕೊಳ್ಳುವವರೆಗೆ, ಮತ್ತು ಅದನ್ನು ಹೇಗೆ ಪಡೆದುಕೊಳ್ಳಬೇಕೆಂದು ಆ ಕಥೆ ನನಗೆ ತಿಳಿಸಿಕೊಟ್ಟಿತು. ಆ ನಂತರ, ನನ್ನ ಕೆಲಸದಲ್ಲಿ ಮತ್ತು ಜೀವನದಲ್ಲಿ ವಿಷಯಗಳು ಬಹಳ ಬೇಗನೇ ಸುಧಾರಿಸಿದವು.

ಮೊದಲಿಗೆ ಆ ಕಥೆಯ ಸರಳತೆ ನೋಡಿ ನನಗೆ ಬೇಸರವಾಯಿತು. ಏಕೆಂದರೆ ಅದು ಶಾಲೆಯಲ್ಲಿ ನಮಗೆ ಹೇಳಿರಬಹುದಾದ ಕಥೆ ಇದ್ದಂತೆ ಬಾಲಿಶ ಅನ್ನಿಸಿತು.

ನಂತರ, ನನಗೆ ಬೇಸರವಾಗಿರುವುದು ಕಥೆಯ ಮೇಲಲ್ಲ, ಸ್ಪಷ್ಟವಾಗಿರುವುದನ್ನು ನೋಡದೆ, ಪರಿಸ್ಥಿತಿ ಬದಲಾದಾಗ ಯಾವುದು ಸೂಕ್ತವೋ ಅದನ್ನು ಮಾಡದೇ ಇರುವುದಕ್ಕೆ ನನ್ನ ಮೇಲೆಯೇ ಬೇಸರವಾಗಿದೆ ಎಂದು ನನಗೆ ಅರ್ಥವಾಯಿತು.

ಕಥೆಯಲ್ಲಿನ ನಾಲ್ಕು ಪಾತ್ರಗಳು ನನ್ನದೇ ಬೇರೆ ಬೇರೆ ಭಾಗಗಳನ್ನು ಪ್ರತಿನಿಧಿಸುತ್ತವೆ ಎಂದು ನಾನು ಅರ್ಥ ಮಾಡಿಕೊಂಡಾಗ, ನಾನು ಯಾರಂತೆ ವರ್ತಿಸಬೇಕು ಎಂದು ನಿರ್ಧರಿಸಿದೆ ಮತ್ತು ನಾನು ಬದಲಾದೆ.

ನಂತರ, ನಾನು ನಮ್ಮ ಕಂಪನಿಯಲ್ಲಿ ಕೆಲವು ಜನರಿಗೆ ಕಥೆಯನ್ನು ಹೇಳಿದೆ. ಅವರು ಅದನ್ನು ಇನ್ನೂ ಕೆಲವರಿಗೆ ಹೇಳಿದರು. ಆ ನಂತರ ಬಹಳ ಬೇಗನೆ ನಮ್ಮ ವ್ಯವಹಾರವು ಚೆನ್ನಾಗಿ ನಡೆಯತೊಡಗಿತು. ಏಕೆಂದರೆ ನಮ್ಮಲ್ಲಿ ಅನೇಕರು ಬದಲಾವಣೆಗೆ ಚೆನ್ನಾಗಿ ಹೊಂದಿಕೊಂಡರು. ನನ್ನಂತೆಯೇ, ಅನೇಕ ಜನರು ಈ ಕಲಿಕೆಯು ಅವರ ವೈಯಕ್ತಿಕ ಜೀವನದಲ್ಲಿಯೂ ಸಹಾಯ ಮಾಡಿದೆ ಎಂದು ಹೇಳಿದರು.

ಹಾಗೆಯೇ, ಈ ಕಥೆಯಿಂದ ತಮಗೆ ಏನೂ ಪ್ರಯೋಜನವಾಗಿಲ್ಲ ಎಂದೂ ಸಹ ಕೆಲವರು ಹೇಳಿದರು. ಅವರಿಗೆ ಈ ಕಲಿಕೆಗಳು ಮೊದಲೇ

ಗೊತ್ತಿದ್ದಿರಬಹುದು ಮತ್ತು ಆ ಕಲಿಕೆಗಳನ್ನು ಅಳವಡಿಸಿಕೊಂಡು ಬದುಕುತ್ತಿರಬಹುದು. ಅಥವಾ, ಸಾಮಾನ್ಯವಾಗಿ, ತಮಗೆ ಎಲ್ಲವೂ ತಿಳಿದಿದೆ ಹಾಗೂ ಈ ಕಥೆಯಿಂದ ಏನೂ ಹೊಸತನ್ನು ಕಲಿಯುವುದಕ್ಕಿಲ್ಲ ಎಂದೂ ಸಹ ಭಾವಿಸಿದವರಿದ್ದರು. ಬೇರೆಯವರಿಗೆ ಈ ಕಥೆಯಿಂದ ಆಗುತ್ತಿರುವ ಪ್ರಯೋಜನವೇನು ಎಂದು ಅವರಿಗೆ ಅರ್ಥವಾಗಲಿಲ್ಲ.

ಬದಲಾವಣೆಗೆ ಹೊಂದಿಕೊಳ್ಳುವುದರಲ್ಲಿ ತೊಂದರೆ ಅನುಭವಿಸುತ್ತಿದ್ದ ನಮ್ಮ ಹಿರಿಯ ಸಿಬ್ಬಂದಿಗಳಲ್ಲಿ ಒಬ್ಬರು ಈ ಕಥೆಯಿಂದ ಅವರ ಸಮಯ ವ್ಯರ್ಥವಾಯಿತು ಎಂದು ಹೇಳಿದಾಗ, ಬೇರೆಯವರು ಈ ಕಥೆಯಲ್ಲಿ ಅವರು ಯಾವ ಪಾತ್ರದಂತಿದ್ದಾರೆ ಎಂದು ತಮಗೆ ತಿಳಿದಿದೆ ಎಂದು ಹೇಳಿ ಅವರನ್ನು ತಮಾಷೆ ಮಾಡಿದರು – ಅಂದರೆ ಹೊಸದನ್ನು ಕಲಿಯದ ಮತ್ತು ಬದಲಾಗದ ಪಾತ್ರ."

"ಕಥೆ ಏನು?" ಏಂಜೆಲಾ ಕೇಳಿದಳು.

ಮೈಕೆಲ್ ಹೇಳಿದ, "ಈ ಕಥೆಯ ಹೆಸರು 'ಹೂ ಮೂವ್ಡ್ ಮೈ ಚೀಸ್?'('ನನ್ನ ಚೀಸನ್ನು ಯಾರು ಸ್ಥಳಾಂತರಿಸಿದರು?')

ಎಲ್ಲರೂ ನಕ್ಕರು. "ಕಥೆ ನನಗೆ ಆಗಲೇ ಇಷ್ಟವಾಯಿತು, ಆ ಕಥೆಯನ್ನು ನಮಗೆ ಹೇಳುತ್ತೀಯಾ? ಅದರಿಂದ ಬಹುಶಃ ನಮಗೂ ಏನಾದರೂ ಪ್ರಯೋಜನವಾಗಬಹುದು" ಎಂದು ಕಾರ್ಲೋಸ್ ಹೇಳಿದ.

"ಖಂಡಿತ, ಅದನ್ನು ಹೇಳಲು ನನಗೂ ಖುಷಿನೇ, ಇದೇನು ಹೆಚ್ಚು ಸಮಯವನ್ನೂ ತೆಗೆದುಕೊಳ್ಳುವುದಿಲ್ಲ" ಎಂದು ಮೈಕೆಲ್ ಹೇಳಿ ಕಥೆ ಪ್ರಾರಂಭಿಸಿದ.

ಹೂ ಮೂವ್ಡ್ ಮೈ ಚೀಸ್?
(ನನ್ನ ಚೀಸನ್ನು ಯಾರು ಸ್ಥಳಾಂತರಿಸಿದರು?):
ಕಥೆ

ಒಂದು ಕಾಲದಲ್ಲಿ, ದೂರದ ಒಂದು ದೇಶದಲ್ಲಿ, ನಾಲ್ಕು ಪುಟ್ಟ ಪಾತ್ರಗಳು ವಾಸಿಸುತ್ತಿದ್ದವು, ಅವು ತಮ್ಮ ಹಸಿವನ್ನು ನೀಗಿಸಿಕೊಳ್ಳಲು, ಒಂದು ಮೇಝ್‌ನಲ್ಲಿ ಚೀಸ್ ಹುಡುಕುತ್ತಾ ಅಲೆದಾಡುತ್ತಿದ್ದವು.

ಆ ಪಾತ್ರಗಳಲ್ಲಿ ಎರಡು ಇಲಿಗಳು. ಅವುಗಳ ಹೆಸರು 'ಸ್ನಿಫ್' ಮತ್ತು 'ಸ್ಕರ್ರಿ' ಮತ್ತು ಇನ್ನೆರಡು, ಇಲಿಗಳಷ್ಟೇ ಚಿಕ್ಕದಾಗಿದ್ದ ಆದರೆ ಇಂದಿನ ಜನರಂತೆಯೇ ಕಾಣುವ ಮತ್ತು ವರ್ತಿಸುವ ಪುಟ್ಟ ಮನುಷ್ಯರು. ಅವರ ಹೆಸರು 'ಹೆಮ್' ಮತ್ತು 'ಹಾ'.

ಅವುಗಳ ಸಣ್ಣ ಗಾತ್ರದ ಕಾರಣ, ಆ ನಾಲ್ವರು ಏನು ಮಾಡುತ್ತಿದ್ದಾರೆಂದು ಯಾರ ಗಮನಕ್ಕೂ ಬರದಿರುವುದು ಸುಲಭವಿತ್ತು. ಆದರೆ ಹತ್ತಿರದಿಂದ, ಗಮನವಿಟ್ಟು ನೋಡಿದರೆ, ಅತ್ಯಂತ ಅದ್ಭುತವಾದ ವಿಷಯಗಳನ್ನು ಕಾಣಬಹುದಾಗಿತ್ತು!

ಪ್ರತಿದಿನ ಇಲಿಗಳು ಮತ್ತು ಪುಟ್ಟ ಮನುಷ್ಯರು ತಿನ್ನುವುದಕ್ಕೆ ತಮ್ಮ ಇಷ್ಟದ ವಿಶೇಷ ಚೀಸನ್ನು ಹುಡುಕುತ್ತಾ ಮೇಝ್‌ನಲ್ಲಿ ಸಮಯ ಕಳೆಯುತ್ತಿದ್ದರು.

ಚಿಕ್ಕ ಮೆದುಳಿರುವ ಆದರೆ, ಉತ್ತಮ ಸಹಜ ಅಂದಾಜು ಉಳ್ಳ ಸ್ನಿಫ್ ಮತ್ತು ಸ್ಕರ್ರಿ, ಇಲಿಗಳು ಸಾಮಾನ್ಯವಾಗಿ ಇಷ್ಟಪಡುವ ಕಚ್ಚಲು ಗಟ್ಟಿಯಾದ ಚೀಸನ್ನು ಹುಡುಕುತ್ತಿದ್ದವು.

ಆದರೆ ಪುಟ್ಟ ಮನುಷ್ಯರು, ಹೆಮ್ ಮತ್ತು ಹಾ, ಅನೇಕ ನಂಬಿಕೆಗಳು ಮತ್ತು ಭಾವನೆಗಳಿಂದ ತುಂಬಿದ ತಮ್ಮ ಸಂಕೀರ್ಣ ಮೆದುಳನ್ನು ಬಳಸಿಕೊಂಡು, ಬೇರೆಯೇ ರೀತಿಯ ವಿಶೇಷವಾದ ಚೀಸನ್ನು ಹುಡುಕುತ್ತಿದ್ದರು – ಅದು ಅವರಿಗೆ ಸಂತೋಷ ಮತ್ತು ಯಶಸ್ಸನ್ನು ನೀಡುತ್ತದೆ ಎಂದು ಅವರು ನಂಬಿದ್ದರು.

ಇಲಿಗಳು ಮತ್ತು ಪುಟ್ಟ ಮನುಷ್ಯರು ಎಷ್ಟೇ ಬೇರೆ ಬೇರೆಯಾಗಿದ್ದರೂ, ಅವರಲ್ಲಿ ಸಾಮಾನ್ಯವಾದ ನಡವಳಿಕೆಯೊಂದಿತ್ತು. ಪ್ರತಿದಿನ ಬೆಳಿಗ್ಗೆ, ಆ ನಾಲ್ವರೂ ತಮ್ಮ ಜಾಗಿಂಗ್ ಸೂಟ್ ಮತ್ತು ಶೂಗಳನ್ನು ಹಾಕಿಕೊಂಡು, ತಮ್ಮ ಪುಟ್ಟ ಮನೆಗಳಿಂದ ಹೊರಬಂದು, ತಮ್ಮ ಇಷ್ಟದ ಚೀಸನ್ನು ಹುಡುಕುತ್ತಾ ಮೇಝ್‌ಗೆ ಓಡುತ್ತಿದ್ದರು.

ಮೇಝ್ ವಿಶೇಷ ರುಚಿಕರ ಚೀಸ್ ಇರುವ, ವಿಶಾಲ ಮೊಗಸಾಲೆ ಮತ್ತು ಕೋಣೆಗಳನ್ನೊಳಗೊಂಡ ಗೊಂದಲಮಯ, ಸಂಕೀರ್ಣ ವ್ಯೂಹವಾಗಿತ್ತು, ಅಲ್ಲಿ ಕಗ್ಗತ್ತಲ ಮೂಲೆಗಳು ಮತ್ತು ದಿಕ್ಕು ತಪ್ಪಿಸುವ ಕಾಲುದಾರಿಗಳು ಸಹ ಇದ್ದವು. ಯಾರಾದರೂ ಸುಲಭವಾಗಿ ದಾರಿ ತಪ್ಪಬಹುದಾಗಿತ್ತು.

ಆದರೆ, ತಮ್ಮ ದಾರಿಯನ್ನು ಅರಿತುಕೊಂಡವರಿಗೆ, ಮೇಝ್ ಉತ್ತಮ ಜೀವನದ ಬಾಗಿಲು ತೆರೆದಿಡುವ ರಹಸ್ಯಗಳನ್ನಿಟ್ಟುಕೊಂಡಿತ್ತು.

ಸ್ನಿಫ್ ಮತ್ತು ಸ್ಕರ್ರಿ ಇಲಿಗಳು ಚೀಸನ್ನು ಹುಡುಕುವ ಪ್ರಯತ್ನದಲ್ಲಿ ತಪ್ಪು-ತಿದ್ದು ವಿಧಾನ (Trial and Error)ವನ್ನು ಬಳಸಿದವು. ಅವು ಒಂದು ಮೊಗಸಾಲೆಯಲ್ಲಿ ಓಡಿ, ಅಲ್ಲಿ ಹುಡುಕಿ, ಅದು ಖಾಲಿ ಎಂದು ಗೊತ್ತಾದಾಗ, ಇನ್ನೊಂದರಲ್ಲಿ ಓಡುತ್ತಿದ್ದವು.

ಸ್ನಿಫ್ ತನ್ನ ಚುರುಕು ಮೂಗಿನಿಂದ ಚೀಸ್‌ನ ವಾಸನೆ ಕಂಡುಹಿಡಿಯುತ್ತಿತ್ತು ಮತ್ತು ಸ್ಕರ್ರಿ ಮುಂದೆ ಓಡುತ್ತಿತ್ತು. ಅವು ದಾರಿ ತಪ್ಪಿ ಆಗಾಗ್ಗೆ ಗೋಡೆಗಳಿಗೆ ಡಿಕ್ಕಿ ಹೊಡೆಯುತ್ತಿದ್ದವು. ಹೀಗೆ ಮಾಡುತ್ತಾ, ಸ್ವಲ್ಪ ಸಮಯದ ನಂತರ, ಅವು ತಮ್ಮ ದಾರಿಯನ್ನು ಕಂಡುಕೊಂಡವು.

ಇಲಿಗಳಂತೆ, ಇಬ್ಬರು ಪುಟ್ಟ ಮನುಷ್ಯರು. ಹೆಮ್ ಮತ್ತು ಹಾ ಕೂಡ ತಮ್ಮ ಹಿಂದಿನ ಅನುಭವಗಳ ಆಧಾರದ ಮೇಲೆ ಯೋಚಿಸಿ-ಕಲಿಯುವ ವಿಧಾನವನ್ನು ಬಳಸಿದರು. ಹಾಗೆಯೇ, ಚೀಸನ್ನು ಹುಡುಕಲು ಅತ್ಯಾಧುನಿಕ ವಿಧಾನಗಳನ್ನು ಅಭಿವೃದ್ಧಿಪಡಿಸಲು ಅವರು ತಮ್ಮ ಬುದ್ಧಿಯನ್ನೂ ಉಪಯೋಗಿಸಿದರು.

ಕೆಲವೊಮ್ಮೆ ಅವರ ವಿಧಾನಗಳು ಚೆನ್ನಾಗಿ ಕೆಲಸ ಮಾಡುತ್ತಿವೆ ಎಂದು ಅನ್ನಿಸಿದರೂ, ಕೆಲವೊಮ್ಮೆ ಅವರ ಪ್ರಬಲ ಮಾನವ ನಂಬಿಕೆಗಳು ಮತ್ತು ಭಾವನೆಗಳು ಮೇಲುಗೈ ಸಾಧಿಸಿ ಅವರು ವಿಷಯಗಳನ್ನು ನೋಡುವ ವಿಧಾನವನ್ನು ಮರೆಮಾಡಿದವು. ಇದು ಮೇಝ್‌ನಲ್ಲಿನ ಜೀವನವನ್ನು ಹೆಚ್ಚು ಸಂಕೀರ್ಣ ಮತ್ತು ಸವಾಲಿನದ್ದನ್ನಾಗಿ ಮಾಡಿತು.

ಒಂದು ದಿನ, ಸ್ನಿಫ್, ಸ್ಕರ್ರಿ, ಹೆಮ್ ಮತ್ತು ಹಾ, ಎಲ್ಲರೂ ತಮ್ಮದೇ ಆದ ರೀತಿಯಲ್ಲಿ, ತಾವು ಹುಡುಕುತ್ತಿರುವ ಚೀಸನ್ನು ಕಂಡುಹಿಡಿದರು. ಚೀಸ್ ಸ್ಟೇಷನ್ ಸಿ ಯ ಮೊಗಸಾಲೆಯ ಕೊನೆಯಲ್ಲಿ ತಮಗಿಷ್ಟವಾದ ಚೀಸನ್ನು ಕಂಡುಕೊಂಡರು.

ಅದಾದ ನಂತರ ಪ್ರತಿದಿನ ಬೆಳಿಗ್ಗೆ, ಇಲಿಗಳು ಮತ್ತು ಪುಟ್ಟ ಮನುಷ್ಯರು ತಮ್ಮ ಜಾಗಿಂಗ್ ಸೂಟ್ ಧರಿಸಿಕೊಂಡು ಚೀಸ್ ಸ್ಟೇಷನ್ ಸಿ ಗೆ ಹೋಗತೊಡಗಿದರು. ಸ್ವಲ್ಪ ಸಮಯದಲ್ಲಿಯೇ ಅದು ಅವರ ದಿನಚರಿಯಾಯಿತು.

ಸ್ನಿಫ್ ಮತ್ತು ಸ್ಕರ್ರಿ ಪ್ರತಿದಿನ ಬೆಳಿಗ್ಗೆ ಎದ್ದ ತಕ್ಷಣ ಮೇಜ್‌ಗೆ ಓಡುತ್ತಿದ್ದವು. ಅವು ಯಾವಾಗಲೂ ಒಂದೇ ಮಾರ್ಗವನ್ನು ಅನುಸ-ರಿಸುತ್ತಿದ್ದವು.

ಅವು ಮೇಜ್ ಅನ್ನು ತಲುಪಿದ ನಂತರ, ಅಗತ್ಯವಿದ್ದಾಗ ತಮ್ಮ ಬೂಟುಗಳು ದೊರೆಯಲಿ ಎಂದು ಅವನ್ನು ಒಂದಕ್ಕೊಂದು ಒಟ್ಟಿಗೆ ಕಟ್ಟಿ, ಕುತ್ತಿಗೆಗೆ ನೇತು ಹಾಕಿಕೊಳ್ಳುತ್ತಿದ್ದವು. ನಂತರ ಚೀಸ್ ತಿನ್ನುತ್ತಾ ಆನಂದಿಸುತ್ತಿದ್ದವು.

ಆರಂಭದಲ್ಲಿ ಹೆಮ್ ಮತ್ತು ಹಾ ಕೂಡ ಪ್ರತಿದಿನ ಬೆಳಿಗ್ಗೆ ತಮಗಾಗಿ ಕಾಯುತ್ತಿದ್ದ ರುಚಿಕರವಾದ ಹೊಸ ಖಾದ್ಯಗಳನ್ನು ಸವಿಯಲು ಚೀಸ್ ಸ್ಟೇಷನ್ ಸಿ ಕಡೆಗೆ ಓಡುತ್ತಿದ್ದರು.

ಆದರೆ ಸ್ವಲ್ಪ ಸಮಯದ ನಂತರ, ಪುಟ್ಟ ಮನುಷ್ಯರದು ಬೇರೆಯದೇ ದಿನಚರಿ ಪ್ರಾರಂಭವಾಯಿತು.

ಹೆಮ್ ಮತ್ತು ಹಾ ಪ್ರತಿದಿನ ಸ್ವಲ್ಪ ನಿಧಾನವಾಗಿ ಎದ್ದು, ನಿಧಾನವಾಗಿ ಬಟ್ಟೆ ಹಾಕಿಕೊಂಡು, ಚೀಸ್ ಸ್ಟೇಷನ್ ಸಿ ಕಡೆಗೆ ಹೋಗತೊಡಗಿದರು. ಯಾಕೆಂದರೆ, ಈಗ ಚೀಸ್ ಎಲ್ಲಿದೆ ಮತ್ತು ಅಲ್ಲಿಗೆ ಹೇಗೆ ಹೋಗಬೇಕೆಂದು ಅವರಿಗೆ ತಿಳಿದಿತ್ತು.

ಚೀಸ್ ಎಲ್ಲಿಂದ ಬರುತ್ತದೆ, ಅಲ್ಲಿ ಯಾರು ತಂದಿಟ್ಟಿರುತ್ತಾರೆ ಎಂಬುದು ಅವರಿಗೆ ತಿಳಿದಿರಲಿಲ್ಲ. ಅದು ಅಲ್ಲಿ ಇರುತ್ತದೆ ಎನ್ನುವುದು ಅವರ ಭಾವನೆ.

ಹೆಮ್ ಮತ್ತು ಹಾ ಪ್ರತಿದಿನ ಬೆಳಿಗ್ಗೆ ಚೀಸ್ ಸ್ಟೇಷನ್ ಸಿ ಗೆ ಬಂದ ತಕ್ಷಣ, ತಮ್ಮ ಮನೆಯೇ ಎನ್ನುವಂತೆ, ತಮ್ಮ ಜಾಗಿಂಗ್ ಸೂಟ್‌ಗಳನ್ನು ಬಿಚ್ಚಿ ನೇತುಹಾಕಿ, ಬೂಟುಗಳನ್ನು ಬಿಚ್ಚಿಟ್ಟು, ತಮ್ಮ ಚಪ್ಪಲಿಗಳನ್ನು ಹಾಕಿಕೊಂಡು, ಚೀಸನ್ನು ತಿನ್ನುತ್ತಾ ಆರಾಮವಾಗಿ ಸಮಯ ಕಳೆಯುತ್ತಿದ್ದರು.

“ಇದು ಅದ್ಭುತವಾಗಿದೆ,” ಹೆಮ್ ಹೇಳಿದ. “ನಮ್ಮ ಜೀವನಪೂರ್ತಿ ತಿನ್ನುವಷ್ಟು ಚೀಸ್ ಇಲ್ಲಿದೆ.” ಎನ್ನುತ್ತಾ ತಾವು ಏನನ್ನೋ ಸಾಧಿಸಿ ಯಶಸ್ವಿಯಾದೆವು ಹಾಗೂ ತಾವೀಗ ಸುರಕ್ಷಿತರಾಗಿದ್ದೇವೆ ಎಂದು ಇಬ್ಬರೂ ಭಾವಿಸಿದರು.

ಬಹಳ ಬೇಗ ಹೆಮ್ ಮತ್ತು ಹಾ ಚೀಸ್ ಸ್ಟೇಷನ್ ಸಿ ನಲ್ಲಿ ತಮಗೆ ದೊರೆತ ಚೀಸ್ ತಮಗಾಗಿಯೇ ಇರುವುದು ಎಂದು ಪರಿಗಣಿಸಲು ಪ್ರಾರಂಭಿಸಿದರು. ಇದು ಚೀಸ್ ದೊರೆಯುವ ದೊಡ್ಡ ಸ್ಥಳವಾಗಿದ್ದು, ಅದಕ್ಕಾಗಿ ಅವರು ತಮ್ಮ ಮನೆಯನ್ನೂ ಸಹ ಈ ಸ್ಥಳದ ಹತ್ತಿರವೇ ಸ್ಥಳಾಂತರಿಸಿದರು. ಮತ್ತು ಅದರ ಸುತ್ತಲೂ ಸಾಮಾಜಿಕ ಜೀವನವನ್ನೂ ನಿರ್ಮಿಸಿಕೊಂಡರು.

ಆ ಸ್ಥಳ ತಮ್ಮದೇ ಮನೆ ಎನ್ನುವ ಭಾವನೆ ಹೆಚ್ಚಿಸಿಕೊಳ್ಳಲು, ಹೆಮ್ ಮತ್ತು ಹಾ ಗೋಡೆಗಳನ್ನು ಚಿತ್ರ ಮತ್ತು ಗೋಡೆಬರಹಗಳಿಂದ ಅಲಂಕರಿಸಿದರು. ಗೋಡೆಯ ಮೇಲೆ, ಸುತ್ತಲೂ ಚೀಸ್‌ನ ಚಿತ್ರಗಳನ್ನು ಸಹ ಬಿಡಿಸಿದರು, ಅದನ್ನು ನೋಡಿ ಸಂತೋಷ ಪಡುತ್ತಿದ್ದರು. ಅದರಲ್ಲಿನ ಒಂದು ಗೋಡೆಬರಹ ಹೀಗಿತ್ತು:

ಚೀಸ್
ತಿನ್ನುವುದೇ
ಸಂತೋಷ

ಕೆಲವೊಮ್ಮೆ ಹೆಮ್ ಮತ್ತು ಹಾ ತಮ್ಮ ಸ್ನೇಹಿತರನ್ನು ಚೀಸ್ ಸ್ಟೇಷನ್ ಸಿ ನಲ್ಲಿ ತಮ್ಮ ಚೀಸ್ ರಾಶಿಯನ್ನು ತೋರಿಸಲು ಕರೆದುಕೊಂಡು ಹೋಗುತ್ತಿದ್ದರು ಮತ್ತು ಅದನ್ನು ತೋರಿಸಿ, "ತುಂಬಾ ಚೆನ್ನಾಗಿದೆ ಚೀಸ್, ಅಲ್ವಾ?" ಎಂದು ಹೆಮ್ಮೆಯಿಂದ ಹೇಳಿಕೊಳ್ಳುತ್ತಿದ್ದರು. ಕೆಲವೊಮ್ಮೆ ಅವರು ಚೀಸನ್ನು ತಮ್ಮ ಸ್ನೇಹಿತರೊಂದಿಗೆ ಹಂಚಿಕೊಂಡು ತಿನ್ನುತ್ತಿದ್ದರು, ಕೆಲವೊಮ್ಮೆ ಹಂಚಿಕೊಳ್ಳುತ್ತಿರಲಿಲ್ಲ.

"ನಾವು ಈ ಚೀಸನ್ನು ಹುಡುಕಲು ಬಹಳ ಶ್ರಮ ಪಟ್ಟಿದ್ದೇವೆ, ನಾವು ಇದಕ್ಕೆ ಅರ್ಹರು," ಎಂದು ಹೇಳುತ್ತಾ ಹೆಮ್ ಒಂದು ತಾಜಾ ತುಂಡನ್ನು ಎತ್ತಿಕೊಂಡು ಬಾಯಿಗೆ ಹಾಕಿಕೊಂಡನು. ನಂತರ, ಹೆಮ್ ಆಗಾಗ್ಗೆ ನಿದ್ರೆಗೆ ಜಾರುವಂತೆ ಈಗಲೂ ನಿದ್ರೆಗೆ ಜಾರಿದನು.

ಪ್ರತಿ ರಾತ್ರಿ ಪುಟ್ಟ ಮನುಷ್ಯರು ಚೀಸನ್ನು ಹೊಟ್ಟೆ ತುಂಬ ತಿಂದು ಹೊಟ್ಟೆ ಭಾರದಿಂದ ಓಲಾಡುತ್ತಾ ಮನೆಗೆ ಹೋಗುತ್ತಿದ್ದರು. ಮತ್ತು ಪ್ರತಿದಿನ ಬೆಳಿಗ್ಗೆ ಇನ್ನಷ್ಟು, ಮತ್ತಷ್ಟು ತಿನ್ನುವ ವಿಶ್ವಾಸದಿಂದ ಮೇಜ್‌ಗೆ ಬರುತ್ತಿದ್ದರು.

ಹೀಗೆ ಇದು ಬಹಳ ಸಮಯದವರೆಗೆ ನಡೆಯಿತು.

ಕೆಲ ದಿನಗಳಲ್ಲಿ ಹೆಮ್ ಮತ್ತು ಹಾ ಅವರ ಆತ್ಮವಿಶ್ವಾಸ ಯಶಸ್ಸಿನ ದುರಹಂಕಾರಕ್ಕೆ ಮಾರ್ಪಟ್ಟಿತು. ಬೇಗನೇ ಅವರು ತಮ್ಮ ಸುತ್ತ ಏನು ನಡೆಯುತ್ತಿದೆ ಎಂಬುದನ್ನು ಗಮನಿಸದಷ್ಟು ಆರಾಮದಾಯಕ ಸ್ಥಿತಿಯಲ್ಲಿದ್ದುಬಿಟ್ಟರು.

ಸಮಯ ಕಳೆದಂತೆ, ಸ್ನಿಫ್ ಮತ್ತು ಸ್ಕರ್ರಿ ತಮ್ಮ ದಿನಚರಿಯನ್ನು ಮುಂದುವರೆಸಿದರು. ಅವು ಪ್ರತಿದಿನ ಬೆಳಿಗ್ಗೆ ಬೇಗನೆ ಚೀಸ್ ಸ್ಟೇಷನ್ ಸಿ ಗೆ ಬಂದು, ಸುತ್ತಲೂ ಮೂಸಿ, ಕೆರೆಯುತ್ತಾ, ಸುತ್ತಾಡುತ್ತಾ, ಹಿಂದಿನ ದಿನಕ್ಕಿಂತ ಏನಾದರೂ ಬದಲಾವಣೆಗಳಾಗಿವೆಯೇ ಎಂದು ಪರಿಶೀಲಿಸುತ್ತಿದ್ದವು. ನಂತರ ಚೀಸ್ ಸವಿಯಲು ಕುಳಿತುಕೊಳ್ಳುತ್ತಿದ್ದವು.

ಪ್ರತಿದಿನದಂತೆ ಒಂದು ಬೆಳಿಗ್ಗೆ ಅವು ಚೀಸ್ ಸ್ಟೇಷನ್ ಸಿ ಗೆ ಬಂದವು. ಅಲ್ಲಿ ಚೀಸ್ ಇಲ್ಲದ್ದನ್ನು ಗಮನಿಸಿದವು.

ಅವಕ್ಕೆ ಆಶ್ಚರ್ಯವಾಗಲಿಲ್ಲ. ಪ್ರತಿದಿನ ಚೀಸ್ ಸರಬರಾಜು ಕಡಿಮೆಯಾಗುತ್ತಿರುವುದನ್ನು ಸ್ನಿಫ್ ಮತ್ತು ಸ್ಕರ್ರಿ ಗಮನಿಸಿದ್ದರಿಂದ, ಅವು ಚೀಸ್ ಇಲ್ಲದ ಅನಿವಾರ್ಯ ಪರಿಸ್ಥಿತಿಗೆ ಸಿದ್ಧರಾಗಿದ್ದವು ಮತ್ತು ಸಹಜವಾಗಿಯೇ ಏನು ಮಾಡಬೇಕೆಂದು ತಿಳಿದಿದ್ದವು.

ಅವು ಒಂದನ್ನೊಂದು ನೋಡಿಕೊಂಡು, ಒಂದಕ್ಕೊಂದು ಕಟ್ಟಿ ಕುತ್ತಿಗೆಗೆ ನೇತು ಹಾಕಿಕೊಂಡಿದ್ದ ಬೂಟುಗಳನ್ನು ತೆಗೆದು ಹಾಕಿಕೊಂಡು ಲೇಸ್ ಕಟ್ಟಿಕೊಂಡವು.

ಇಲಿಗಳು ಈ ವಿಷಯವನ್ನು ಅತಿಯಾಗಿ ವಿಶ್ಲೇಷಿಸಲಿಲ್ಲ.

ಇಲಿಗಳಿಗೆ, ಈ ಸಮಸ್ಯೆ ಮತ್ತು ಅದರ ಪರಿಹಾರ ಎರಡೂ ಸರಳವಾಗಿದ್ದವು. ಚೀಸ್ ಸ್ಟೇಷನ್ ಸಿ ಯ ಪರಿಸ್ಥಿತಿ ಬದಲಾಗಿತ್ತು. ಆದ್ದರಿಂದ, ಸ್ನಿಫ್ ಮತ್ತು ಸ್ಕರ್ರಿ ಬದಲಾಗಲು ನಿರ್ಧರಿಸಿದವು.

ಅವೆರಡೂ ಮೇಜ್‌ದೊಳಗೆ ನೋಡಿದವು. ನಂತರ ಸ್ನಿಫ್ ತನ್ನ ಮೂಗನ್ನೆತ್ತಿ, ಮೂಸಿ, ಸ್ಕರ್ರಿಗೆ ತಲೆಯಾಡಿಸಿತು. ಅದರ ಸೂಚನೆ ಅರಿತಂತೆ ಸ್ನಿಫ್ ಮೇಜ್‌ನಲ್ಲಿ ಸ್ಕರ್ರಿ ಸೂಚಿಸಿದ ದಿಕ್ಕಿನಲ್ಲಿ ಓಡಲು ಪ್ರಾರಂಭಿಸಿತು. ಸ್ನಿಫ್ ಅದನ್ನು ವೇಗವಾಗಿ ಹಿಂಬಾಲಿಸಿತು.

ಅವು ಹೊಸ ಚೀಸ್ ಹುಡುಕುತ್ತಾ ಬೇಗನೆ ಹೊರಟವು.

ಇದಾದ ನಂತರ, ಅದೇ ದಿನ, ಹೆಮ್ ಮತ್ತು ಹಾ ಸಹ ಚೀಸ್ ಸ್ಟೇಷನ್ ಸಿ ಗೆ ಬಂದರು. ಪ್ರತಿದಿನ ಆಗುತ್ತಿದ್ದ ಸಣ್ಣ ಬದಲಾವಣೆಗಳಿಗೆ ಅವರು ಗಮನ ನೀಡುತ್ತಿರಲಿಲ್ಲ, ಆದ್ದರಿಂದ ಅವರು ಚೀಸ್ ಅಲ್ಲಿಯೇ ಇರುತ್ತದೆ ಎಂದು ಭಾವಿಸಿದ್ದರು.

ಅವರು ನೋಡುತ್ತಿರುವ ಬದಲಾದ ಪರಿಸ್ಥಿತಿಗೆ ಅವರು ಸಿದ್ಧರಿರಲಿಲ್ಲ.

ಅಲ್ಲಿ ಚೀಸ್ ಇಲ್ಲದ್ದನ್ನು ನೋಡಿ "ಏನು! ಚೀಸ್ ಇಲ್ಲವೇ?" ಹೆಮ್ ಕೂಗಿದ. "ಚೀಸ್ ಇಲ್ಲವೇ? ಚೀಸ್ ಇಲ್ಲವೇ?" ಎಂದು ಹೆಮ್ ಕೂಗುತ್ತಲೇ ಹೋದ. ಇವನ ಕೂಗನ್ನು ಕೇಳಿ ಯಾರಾದರೂ ಚೀಸ್ ತಂದು ಇಟ್ಟುಬಿಡುತ್ತಾರೇನೋ ಎನ್ನುವಂತೆ ಜೋರಾಗಿ ಕೂಗಿದ.

"ನನ್ನ ಚೀಸನ್ನು ಯಾರು ಸ್ಥಳಾಂತರಿಸಿದರು?" ಎಂದು ಅವನು ಕೂಗಿದ.

ಯಾವುದೇ ಉತ್ತರ ಬರದಿದ್ದಾಗ, ಕೊನೆಗೆ, ಅವನು ತನ್ನ ಕೈಗಳನ್ನು ಸೊಂಟದ ಮೇಲೆ ಇಟ್ಟುಕೊಂಡು ನಿಂತ, ಅವನ ಮುಖ ಕೆಂಪಾಗಿತ್ತು, ಅವನು ಇನ್ನೂ ಏರು ಧ್ವನಿಯಲ್ಲಿ ಕಿರುಚಿದ,

"ಇದು ಅನ್ಯಾಯ... ಇದು ಅನ್ಯಾಯ!"

ಹಾ ಸಹ ಇದನ್ನು ನಂಬಲಾಗದೆ ತಲೆ ಅಲ್ಲಾಡಿಸಿದ. ಅವನೂ ಚೀಸ್ ಸ್ಟೇಷನ್ ಸಿ ನಲ್ಲಿ ಚೀಸ್ ಇರುತ್ತದೆ ಎಂದೇ ಭಾವಿಸಿದ್ದ. ಅವನು ಈ ಪರಿಸ್ಥಿಯನ್ನು ಎದುರಿಸಲು ಸಿದ್ಧನಾಗಿರಲಿಲ್ಲ. ಅವನು ಆಘಾತದಿಂದ ಮರಗಟ್ಟಿದಂತಾಗಿ ಬಹಳ ಹೊತ್ತು ಅಲ್ಲಿಯೇ ನಿಂತಿದ್ದ.

ಹೆಮ್ ಏನೋ ಕೂಗುತ್ತಿದ್ದನು, ಆದರೆ ಹಾ ಅದನ್ನು ಕೇಳುವ ಸ್ಥಿತಿಯಲ್ಲಿರಲಿಲ್ಲ. ಅವನು ಈಗ ಎದುರಿಸುತ್ತಿರುವ ಪರಿಸ್ಥಿತಿಯನ್ನು ಎದುರಿಸಲು ಬಯಸಿರಲಿಲ್ಲ. ಆದ್ದರಿಂದ ಅವನು ಎಲ್ಲವನ್ನೂ ನಿರ್ಲಕ್ಷಿಸಿದ.

ಈ ಪುಟ್ಟ ಮನುಷ್ಯರ ನಡವಳಿಕೆಯು ಮೆಚ್ಚುವಂಥದ್ದೇನೂ ಆಗಿರಲಿಲ್ಲ, ಫಲಕಾರಿಯೂ ಆಗಿರಲಿಲ್ಲ. ಆದರೆ ಅದು ಅರ್ಥವಾಗುವಂತಹದ್ದಾಗಿತ್ತು.

ಅವರಿಗೆ ಚೀಸ್ ಹುಡುಕುವುದು ಸುಲಭವಾಗಿರಲಿಲ್ಲ. ಮತ್ತು ಅವರಿಗೆ

ಪ್ರತಿದಿನ ಸಾಕಷ್ಟು ಚೀಸ್ ತಿನ್ನಲು ಸಿಗುತ್ತಿದೆ ಎನ್ನೂವುದಕ್ಕಿಂತ ಇದು ಇನ್ನೂ ಹೆಚ್ಚಿನದಾಗಿತ್ತು.

ಚೀಸ್ ಹುಡುಕುವುದು ತಾವು ಜೀವನದಲ್ಲಿ ಸಂತೋಷವಾಗಿರಲು ಏನು ಬೇಕೋ ಅದೆಲ್ಲ ಪಡೆದುಕೊಳ್ಳುವ ಮಾರ್ಗ ಎಂದು ಈ ಪುಟ್ಟ ಮನುಷ್ಯರು ಭಾವಿಸಿದ್ದರು. ಅವರ ಅಭಿರುಚಿಗೆ ತಕ್ಕಂತೆ ಅವರಿಗೆ ಚೀಸ್ ಎಂದರೆ ಏನೆಂದು ಅವರಿಗೆ ತಮ್ಮದೇ ಆದ ಕಲ್ಪನೆಗಳಿದ್ದವು.

ಕೆಲವರಿಗೆ, ಚೀಸ್ ಎಂದರೆ ಭೌತಿಕ ವಸ್ತುಗಳನ್ನು ಪಡೆದುಕೊಳ್ಳುವುದಾಗಿರುತ್ತದೆ. ಇನ್ನೂ ಕೆಲವರಿಗೆ ಅದು ಉತ್ತಮ ಆರೋಗ್ಯವನ್ನು ಅಥವಾ ಆಧ್ಯಾತ್ಮಿಕ ಪ್ರಜ್ಞೆಯನ್ನು ಬೆಳೆಸಿಕೊಳ್ಳುವುದಾಗಿರುತ್ತದೆ.

ಹಾ ಗೆ, ಚೀಸ್ ಪಡೆದುಕೊಳ್ಳುವುದು ಸುರಕ್ಷತೆಯನ್ನು ಪಡೆದುಕೊಳ್ಳುವುದು, ಪ್ರೀತಿಯ ಕುಟುಂಬವನ್ನು ಪಡೆದುಕೊಳ್ಳುವುದು, ಮತ್ತು ಚೆಡ್ಡಾರ್ ಬೀದಿಯ ಒಂದು ಅಂದವಾದ ಮನೆಯಲ್ಲಿ ವಾಸಿಸುವುದು ಎಂದರ್ಥ.

ಹೆಮ್ ಗೆ, ಚೀಸ್ ಎಂದರೆ ಇತರರ ಯಜಮಾನನಾಗಿ ಕ್ಯಾಮೆಂಬರ್ಟ್ ಬೆಟ್ಟದ ಮೇಲೆ ದೊಡ್ಡ ಮನೆಯನ್ನು ಹೊಂದುವದಾಗಿತ್ತು.

ಅವರಿಗೆ ಚೀಸ್ ಸರ್ವಸ್ವವಾಗಿತ್ತು. ಆದ್ದರಿಂದ ಆ ಇಬ್ಬರು ಪುಟ್ಟ ಮನುಷ್ಯರು ಮುಂದೇನು ಮಾಡಬೇಕೆಂದು ನಿರ್ಧರಿಸಲು ಬಹಳ ಸಮಯ ತೆಗೆದುಕೊಂಡರು. ಈಗ ಅವರು ಚೀಸ್ ನಿಜವಾಗಿಯೂ ಅಲ್ಲಿ ಇಲ್ಲ ಎನ್ನುವುದನ್ನು ಖಚಿತಪಡಿಸಿಕೊಳ್ಳಲು ಚೀಸ್ ಇಲ್ಲದ ಸ್ಟೇಷನ್ ಸಿ ಸುತ್ತಲೂ ಮತ್ತೆ ಹುಡುಕಬೇಕೆಂದು ಮಾತ್ರ ಯೋಚಿಸುತ್ತಿದ್ದರು.

ಸ್ನಿಫ್ ಮತ್ತು ಸ್ಕರ್ರಿ ಬೇಗನೆ ಅಲ್ಲಿಂದ ಹೊರಟುಹೋದವು. ಆದರೆ, ಹೆಮ್ ಮತ್ತು ಹಾ ಇನ್ನೂ ಯೋಚಿಸುತ್ತಲೇ ಇದ್ದರು. ಅವರು 'ಇದು ಅನ್ಯಾಯ, ಮೋಸ' ಎಂದು ಆಕ್ರೋಶ, ಕೋಪ ವ್ಯಕ್ತಪಡಿಸುತ್ತಲೇ ಇದ್ದರು.

ಹಾ ಖಿನ್ನನಾದನು. ನಾಳೆಯೂ ಅಲ್ಲಿ ಚೀಸ್ ಇಲ್ಲದೆ ಹೋದರೆ ಏನು ಮಾಡುವುದು? ಈ ಚೀಸನ್ನು ನಂಬಿಕೊಂಡು ಅವನು ಭವಿಷ್ಯದ ಯೋಜನೆಗಳನ್ನು ರೂಪಿಸಿಕೊಂಡಿದ್ದನು.

ಪುಟ್ಟ ಮನುಷ್ಯರಿಗೆ ಅದನ್ನು ನಂಬಲು ಸಾಧ್ಯವಾಗಲಿಲ್ಲ. ಇದು ಹೇಗೆ ಸಂಭವಿಸಿರಬಹುದು? ಯಾರೂ ಅವರಿಗೆ ಇದರ ಬಗ್ಗೆ ಎಚ್ಚರಿಕೆ ನೀಡಿರಲಿಲ್ಲ. ವಿಷಯ ಹೇಗಿರಬೇಕೋ ಹಾಗಿರಲಿಲ್ಲ. ಹೆಮ್ ಮತ್ತು ಹಾ ಆ ರಾತ್ರಿ ನಿರಾಶೆಯಿಂದ, ಹೊಟ್ಟೆ ಹಸಿದುಕೊಂಡೇ ಮನೆಗೆ ಹೋದರು. ಆದರೆ, ಅವರು ಅಲ್ಲಿಂದ ಹೊರಡುವ ಮೊದಲು, ಹಾ ಗೋಡೆಯ ಮೇಲೆ ಬರೆದ:

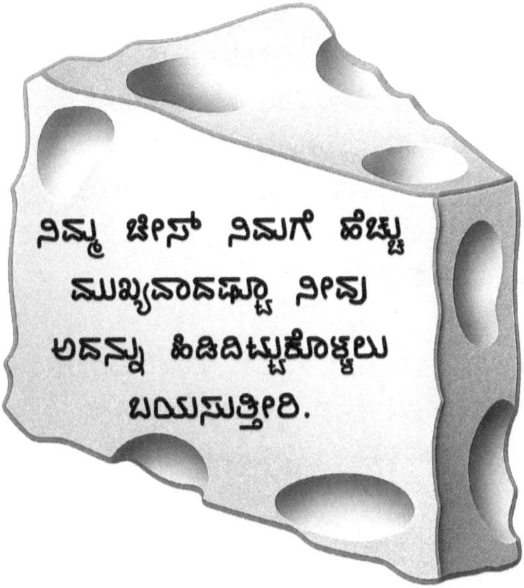
ನಿಮ್ಮ ಚೀಸ್ ನಿಮಗೆ ಹೆಚ್ಚು
ಮುಖ್ಯವಾದಷ್ಟೂ ನೀವು
ಅದನ್ನು ಹಿಡಿದಿಟ್ಟುಕೊಳ್ಳಲು
ಬಯಸುತ್ತೀರಿ.

ಮರುದಿನ ಬೆಳಿಗ್ಗೆ, ಹೆಮ್ ಮತ್ತು ಹಾ ಮತ್ತೆ ಚೀಸ್ ಸ್ಟೇಷನ್ ಸಿಗೆ ಬಂದರು. ತಮ್ಮ ಚೀಸ್ ಅಲ್ಲಿ ಇದ್ದೇ ಇರುತ್ತದೆ ಎನ್ನುವುದು ಅವರ ನಿರೀಕ್ಷೆಯಾಗಿತ್ತು.

ಆದರೆ, ಅಲ್ಲಿನ ಪರಿಸ್ಥಿತಿ ಬದಲಾಗಿರಲಿಲ್ಲ, ಚೀಸ್ ಅಲ್ಲಿ ಇರಲಿಲ್ಲ. ಪುಟ್ಟ ಮನುಷ್ಯರಿಗೆ ಏನು ಮಾಡಬೇಕೆಂದು ತಿಳಿಯಲಿಲ್ಲ. ಹೆಮ್ ಮತ್ತು ಹಾ ಎರಡು ಪ್ರತಿಮೆಗಳಂತೆ ನಿಶ್ಚಲರಾಗಿ ಅಲ್ಲಿಯೇ ನಿಂತರು.

ಹಾ ತನ್ನ ಕಣ್ಣುಗಳನ್ನು ಗಟ್ಟಿಯಾಗಿ ಮುಚ್ಚಿ, ತನ್ನ ಕೈಗಳನ್ನು ಎರಡೂ ಕಿವಿಗಳ ಮೇಲೆ ಇಟ್ಟುಕೊಂಡನು. ಅವನಿಗೆ ಏನನ್ನೂ ನೋಡುವುದು ಅಥವಾ ಕೇಳುವುದು ಬೇಕಿರಲಿಲ್ಲ. ಚೀಸ್ ಸರಬರಾಜು ಕ್ರಮೇಣ ಕಡಿಮೆಯಾಗುತ್ತಿತ್ತು ಎಂದು ಅವನು ಯೋಚಿಸಲೂ ಇಷ್ಟಪಡಲಿಲ್ಲ. ಅದು ಇದ್ದಕ್ಕಿದ್ದಂತೆ ಅಲ್ಲಿಂದ ಸ್ಥಳಾಂತರಗೊಂಡಿದೆ ಎಂದು ಅವನು ನಂಬಲು ಇಚ್ಛಿಸಿದ.

ಹೆಮ್ ಪರಿಸ್ಥಿತಿಯನ್ನು ಪದೇ ಪದೇ ವಿಶ್ಲೇಷಿಸಿದನು, ಅವನ ಸಂಕೀರ್ಣ ಮೆದುಳು, ಅವನ ದೃಢ ನಂಬಿಕೆಗಳು, ಅವನ ಯೋಚನೆಗಳ ಮೇಲೆ ಹಿಡಿತ ಸಾಧಿಸಿತು. "ಅವರು ನನಗೇ ಯಾಕೆ ಹೀಗೆ ಮಾಡಿದರು? ಇಲ್ಲಿ ನಿಜವಾಗಿಯೂ ಏನು ನಡೆಯುತ್ತಿದೆ?" ಎಂದು ಅವನು ಕೇಳಿಕೊಂಡ.

ಸ್ವಲ್ಪ ಸಮಯದ ನಂತರ, ಹಾ ತನ್ನ ಕಣ್ಣುಗಳನ್ನು ತೆರೆದು, ಸುತ್ತಲೂ ನೋಡಿ, "ಅಂದಹಾಗೆ, ಸ್ನಿಫ್ ಮತ್ತು ಸ್ಕರ್ರಿ ಎಲ್ಲಿವೆ? ಎಂದು ಕೇಳುತ್ತಾನೆ. ನಮಗೆ ಗೊತ್ತಿಲ್ಲದ ವಿಷಯವೇನಾದರೂ ಅವರಿಗೆ ಗೊತ್ತಿದೆ ಎಂದು ನೀನು ಭಾವಿಸುತ್ತೀಯಾ?"

"ಅವರಿಗೇನು ಗೊತ್ತಿರಲು ಸಾಧ್ಯ?" ಎಂದು ಹೆಮ್ ಅಣಕಿಸಿದ.

ಮುಂದುವರೆಸುತ್ತಾ, ಹೆಮ್ ಹೇಳಿದ "ಅವು ಕೇವಲ ಇಲಿಗಳು, ಏನಾಗುತ್ತದೆಯೋ ಅದಕ್ಕೆ ಪ್ರತಿಕ್ರಿಯಿಸುತ್ತವೆ. ನಾವು ಪುಟ್ಟ ಮನುಷ್ಯರು, ನಾವು ಇಲಿಗಳಿಗಿಂತ ಬುದ್ಧಿವಂತರು. ನಾವು ಏನಾಗುತ್ತಿದೆಯೋ ಅದರ ಕಾರಣ ಕಂಡುಹಿಡಿಯಲು ಸಾಧ್ಯ."

ನಾವು ಬುದ್ಧಿವಂತರು ಎಂದು ನನಗೆ ಗೊತ್ತಿದೆ, ಆದರೆ ನಾವು ಈ ಸಮಯದಲ್ಲಿ ಬುದ್ಧಿವಂತರಾಗಿ ವರ್ತಿಸುತ್ತಿಲ್ಲ. ಇಲ್ಲಿ ಪರಿಸ್ಥಿತಿ ಬದಲಾಗುತ್ತಿದೆ, ಬಹುಶಃ ನಾವು ಬದಲಾಗಬೇಕು ಮತ್ತು ಬೇರೆ ರೀತಿಯಲ್ಲಿ ಕೆಲಸ ಮಾಡಬೇಕಾಗಿದೆ." ಎಂದು ಹಾ ಹೇಳಿದ.

"ನಾವು ಏಕೆ ಬದಲಾಗಬೇಕು?" ನಾವು ಪುಟ್ಟ ಮನುಷ್ಯರು, ನಾವು ವಿಶೇಷ ಶಕ್ತಿ ಹೊಂದಿದವರು, ಈ ಪರಿಸ್ಥಿತಿ ನಮಗೆ ಬರಬಾರದು. ಅಥವಾ ಅದು ಬಂದರೆ, ಅದರಲ್ಲಿ ನಾವು ಕನಿಷ್ಠ ಲಾಭವನ್ನಾದರೂ ಪಡೆಯಬೇಕು." ಎಂದು ಹೆಮ್ ಹೇಳಿದ.

"ನಾವು ಏಕೆ ಲಾಭ ಪಡೆಯಬೇಕು?" ಹಾ ಕೇಳಿದ.

"ಏಕೆಂದರೆ ನಮಗೆ ಅರ್ಹತೆ ಇದೆ," ಹೆಮ್ ಹೇಳಿದ.

"ಯಾವುದಕ್ಕೆ ಅರ್ಹತೆ ಇದೆ?" ಹಾ ತಿಳಿಯಲು ಬಯಸಿದ.

"ನಮ್ಮ ಚೀಸಿಗೆ ನಾವು ಅರ್ಹರು." ಹೇಳಿದ ಹೆಮ್.

"ಏಕೆ?" ಹಾ ಕೇಳಿದ.

"ಏಕೆಂದರೆ, ಈ ಸಮಸ್ಯೆಯನ್ನು ನಾವು ಉಂಟುಮಾಡಲಿಲ್ಲ, ಇದನ್ನು ಬೇರೆ ಯಾರೋ ಮಾಡಿದ್ದಾರೆ, ನಾವು ಇದರಿಂದ ಏನಾದರೂ ಲಾಭ ಪಡೆಯಬೇಕು." ಹೆಮ್ ಹೇಳಿದ.

"ಬಹುಶಃ ನಾವು ಪರಿಸ್ಥಿತಿಯನ್ನು ಇಷ್ಟೊಂದು ವಿಶ್ಲೇಷಿಸುವುದನ್ನು ನಿಲ್ಲಿಸಿ ಹೊಸ ಚೀಸ್ ಹುಡುಕಲು ಹೋಗಬೇಕೇನೊ?" ಎಂದ ಹಾ.

"ಓಹ್ ಇಲ್ಲ," ಹೆಮ್ ಸಮ್ಮತಿಸಲಿಲ್ಲ. "ನಾನು ಈ ಸಮಸ್ಯೆಯ ಆಳಕ್ಕೆ ಹೋಗಿ ವಿಶ್ಲೇಷಿಸುತ್ತೇನೆ." ಹೆಮ್ ಹೇಳಿದ.

ಇಲ್ಲಿ ಹೆಮ್ ಮತ್ತು ಹಾ ಇನ್ನೂ ಏನು ಮಾಡಬೇಕೆಂದು ನಿರ್ಧರಿಸಲು ಪ್ರಯತ್ನಿಸುತ್ತಿರುವಾಗ, ಸ್ನಿಫ್ ಮತ್ತು ಸ್ಕರ್ರಿ ಈಗಾಗಲೇ ತಮ್ಮ ಮುಂದಿನ ಕೆಲಸದಲ್ಲಿ ಮಗ್ನವಾಗಿದ್ದವು.

ಅವು ಮೇಝ್‌ನೊಳಗೆ, ಮೊಗಸಾಲೆಗಳ ಮೇಲೆ– ಕೆಳಗೆ ಹೋಗಿ, ಎದುರಾಗುವ ಪ್ರತಿಯೊಂದು ಚೀಸ್ ಸ್ಟೇಷನ್ನಿನಲ್ಲಿ ಚೀಸನ್ನು ಹುಡುಕುತ್ತಿದ್ದವು.
ಅವುಗಳು ಹೊಸ ಚೀಸ್ ಹುಡುಕುವುದನ್ನು ಬಿಟ್ಟು ಬೇರೇನೂ ಯೋಚಿಸಲಿಲ್ಲ.

ಬಹಳ ಸಮಯದವರೆಗೆ ಅವುಗಳಿಗೆ ಏನೂ ಸಿಗಲಿಲ್ಲ. ಆಗಲೇ ಅವು ಈ ಹಿಂದೆ ಎಂದೂ ಹೋಗಿರದ ಮೇಝ್‌ನ ಚೀಸ್ ಸ್ಟೇಷನ್ ಎನ್ ಗೆ ಹೋದವು.

ಒಮ್ಮೆಲೆ ಅವು ಸಂತೋಷದಿಂದ ಜೋರಾಗಿ ಕಿರುಚಿದರು. ಅವು ಹುಡುಕುತ್ತಿದ್ದ ಹೊಸ ದೊಡ್ಡ ಚೀಸ್‌ನ ರಾಶಿಯನ್ನು ಅವು ಕಂಡುಹಿಡಿದಿದ್ದವು.

ಅವು ತಮ್ಮ ಕಣ್ಣುಗಳನ್ನೇ ನಂಬಲು ಸಾಧ್ಯವಾಗದಷ್ಟು ದೊಡ್ಡ ಚೀಸ್ ಸ್ಥಳವನ್ನು ಅವು ಕಂಡುಕೊಂಡಿದ್ದವು.

ಈ ಮಧ್ಯೆ, ಹೆಮ್ ಮತ್ತು ಹಾ ಇನ್ನೂ ಚೀಸ್ ಸ್ಟೇಷನ್ ಸಿ ಯಲ್ಲಿ ತಮ್ಮ ಪರಿಸ್ಥಿತಿಯನ್ನು ವಿಶ್ಲೇಷಿಸುತ್ತಿದ್ದರು. ಅವರು ಈಗ ತಿನ್ನಲು ಚೀಸ್ ಇಲ್ಲದೆ, ಹಸಿವಿನಿಂದ ಬಳಲಿದ್ದರು, ನಿರಾಶೆಗೊಂಡಿದ್ದರು, ಕೋಪಗೊಳ್ಳುತ್ತಿದ್ದರು ಮತ್ತು ತಮ್ಮ ಪರಿಸ್ಥಿತಿಗೆ ಪರಸ್ಪರ ದೂಷಿಸಿಕೊಳ್ಳುತ್ತಿದ್ದರು.

ಆಗಾಗ್ಗೆ ಹಾ ತನ್ನ ಸ್ನೇಹಿತರಾದ ಸ್ನಿಫ್ ಮತ್ತು ಸ್ಕರ್ರಿಯ ಬಗ್ಗೆ ಯೋಚಿಸುತ್ತಿದ್ದ. ಅವುಗಳಿಗೂ ಇನ್ನೂ ಯಾವುದೇ ಚೀಸ್ ಸಿಕ್ಕಿಲ್ಲವೇ ಎಂದು ಆಶ್ಚರ್ಯ ಪಡುತ್ತಿದ್ದ. ಮೇಝ್ ಮೂಲಕ ಓಡುವುದು ಅನಿಶ್ಚಿತತೆಯನ್ನು ಒಳಗೊಂಡಿರುತ್ತದೆ, ಆದ್ದರಿಂದ ಅವೂ ಸಹ ಕಷ್ಟಪಡುತ್ತಿರಬಹುದು ಎಂದು ಅವನು ಯೋಚಿಸುತ್ತಿದ್ದ. ಆದರೆ ಅದು ತಾತ್ಕಾಲಿಕ ಎಂದೂ ಸಹ ಅವನಿಗೆ ತಿಳಿದಿತ್ತು.

ಕೆಲವೊಮ್ಮೆ, ಸ್ನಿಫ್ ಮತ್ತು ಸ್ಕರ್ರಿ ಹೊಸ ಚೀಸನ್ನು ಹುಡುಕಿಕೊಂಡು ಆನಂದಿಸುವುದನ್ನು ಹಾ ಊಹಿಸಿಕೊಳ್ಳುತ್ತಿದ್ದ. ಮೇಝ್‌ನಲ್ಲಿ ಸಾಹಸಕ್ಕೆ ಇಳಿದು ಹೊಸ ಚೀಸನ್ನು ಹುಡುಕಿಕೊಂಡರೆ ಎಷ್ಟು ಒಳ್ಳೆಯದು ಎಂದು ಅವನು ಯೋಚಿಸುತ್ತಿದ್ದ. ಆ ಚೀಸನ್ನು ತಾನೇ ಸವಿದಂತೆ ಯೋಚಿಸುತ್ತಿದ್ದ.

ಇಲಿಗಳು ಹೊಸ ಚೀಸನ್ನು ಹುಡುಕಿಕೊಂಡು ಆನಂದಿಸುತ್ತಿರುವ ಚಿತ್ರಣವನ್ನು ಹೆಚ್ಚು ಸ್ಪಷ್ಟವಾಗಿ ನೋಡಿದಷ್ಟೂ, ಚೀಸ್ ಸ್ಟೇಷನ್ ಸಿ ಯಿಂದ ಹೊರ ಹೋಗುವ ಬಗ್ಗೆ ಇನ್ನಷ್ಟು ದೃಢವಾಗಿ ಹಾ ಯೋಚಿಸುತ್ತಿದ್ದ.

"ನಡಿ, ಹೋಗೋಣ!" ಅವನು ಇದ್ದಕ್ಕಿದ್ದಂತೆ ಉದ್ಗರಿಸಿದನು.

"ಇಲ್ಲ," ಹೆಮ್ ಬೇಗನೆ ಪ್ರತಿಕ್ರಿಯಿಸಿದನು.
"ನನಗೆ ಇಲ್ಲಿರುವುದೇ ಇಷ್ಟ. ಇಲ್ಲಿ ಆರಾಮವಾಗಿದೆ. ಅಲ್ಲದೇ, ಹೊರಗಡೆ ಹೋಗುವುದು ಅಪಾಯಕಾರಿ." ಹೇಳಿದ ಹೆಮ್.

"ಇಲ್ಲ, ಹಾಗೇನಿಲ್ಲ, ನಾವು ಈ ಮುಂಚೆಯೂ ಮೇಝ್‌ನ ಹಲವು ಭಾಗಗಳ ಮೂಲಕ ಓಡಾಡಿದ್ದೇವೆ, ನಾವು ಮತ್ತೆ ಓಡಾಡಬಹುದು." ಹಾ ವಾದಿಸಿದ.

"ಹಾಗೆ ಓಡಾಡಲು ಆಗದು, ನನಗೀಗ ವಯಸ್ಸಾಗಿದೆ, ಮತ್ತು ಮೇಝ್‌ನೊಳಗೆ ದಾರಿ ತಪ್ಪಿಸಿಕೊಂಡು ಪರದಾಡುವಂತಾಗಬಹುದೇನೋ ಎಂದು ನನಗೆ ಭಯ. ನಿನಗೆ ಭಯವಿಲ್ಲವೇ?"

ಹೆಮ್ ಹೀಗೆ ಹೇಳಿದಾಗ, ಹಾ ನಿಗೂ ಸಹ ವೈಫಲ್ಯದ ಭಯ ಮತ್ತೆ ಆವರಿಸಿತು ಮತ್ತು ಅದರ ಜೊತೆಗೆ ಹೊಸ ಚೀಸ್ ಹುಡುಕುವ ಅವನ ಭರವಸೆಯೂ ಮಸುಕಾಯಿತು.

ಆದ್ದರಿಂದ ಪ್ರತಿದಿನ, ಪುಟ್ಟ ಮನುಷ್ಯರು ಮಾಡಿದ್ದನ್ನೇ ಮಾಡುತ್ತಾ ಹೋದರು. ಪ್ರತಿದಿನ ಬೆಳಿಗ್ಗೆ ಚೀಸ್ ಸ್ಟೇಷನ್ ಸಿ ಗೆ ಹೋಗುವುದು, ಅಲ್ಲಿ ಚೀಸ್ ಇಲ್ಲದಿರುವುದನ್ನು ನೋಡುವುದು, ಚಿಂತೆ ಮತ್ತು ಹತಾಶೆಗಳನ್ನು ಹೊತ್ತುಕೊಂಡು ಮರಳುವುದು. ಇದು ಅವರ ದಿನಚರಿಯಾಯಿತು.

ಅವರು ನಡೆಯುತ್ತಿರುವುದನ್ನು ಸ್ವೀಕರಿಸಲು ಸಿದ್ಧರಿರಲಿಲ್ಲ. ಇದರಿಂದ ಅವರಿಗೆ ನಿದ್ರೆ ಮಾಡಲು ಕಷ್ಟವಾಯಿತು, ಬರಬರುತ್ತಾ ಶಕ್ತಿ ಕುಂದುತ್ತಾ ಹೋಯಿತು. ಇದು ಅವರಿಗೆ ಕಿರಿಕಿರಿಯುಂಟು ಮಾಡುತ್ತಿತ್ತು.

ಹಿಂದೊಮ್ಮೆ ಸುಖ ಸಂತೋಷ ತುಂಬಿದ್ದ ಅವರ ಮನೆ ಈಗ ಮೊದಲಿನಂತಿರಲಿಲ್ಲ. ಪುಟ್ಟ ಮನುಷ್ಯರಿಗೆ ನಿದ್ರೆಯಲ್ಲಿ ಚೀಸ್ ಸಿಗದಿರುವ ಬಗ್ಗೆ ದುಃಸ್ವಪ್ನಗಳು ಕಾಡತೊಗಿದವು.

ಹೆಮ್ ಮತ್ತು ಹಾ ಇನ್ನೂ ಪ್ರತಿದಿನ ಚೀಸ್ ಸ್ಟೇಷನ್ ಸಿ ಗೆ ಹೋಗಿ ಅಲ್ಲಿ ಚೀಸ್ ಸಿಗುವುದೇ ಎಂದು ಕಾಯುತ್ತಿದ್ದರು.

"ನಾವು ಸ್ವಲ್ಪ ಕಷ್ಟ ಪಟ್ಟರೆ, ಯಾವುದೂ ಬದಲಾಗಿಲ್ಲ ಎನ್ನುವ ರೀತಿಯಲ್ಲಿ ನಾವು ಬದುಕಬಹುದು, ಚೀಸ್ ಬಹುಶಃ ಇಲ್ಲೇ ಎಲ್ಲೋ ಹತ್ತಿರದಲ್ಲೇ ಇದೆ. ಬಹುಶಃ ಅವರು ಅದನ್ನು ಗೋಡೆಯ ಹಿಂದೆ ಬಚ್ಚಿಟ್ಟಿಬಹುದು." ಹೆಮ್ ಹೇಳಿದ.

ಮರುದಿನ, ಹೆಮ್ ಮತ್ತು ಹಾ ಪರಿಕರಗಳೊಂದಿಗೆ ಚೀಸ್ ಸ್ಟೇಷನ್ ಸಿ ಗೆ ಬಂದರು. ಹೆಮ್ ಉಳಿ ಹಿಡಿದ, ಹಾ ಸುತ್ತಿಗೆಯಿಂದ ಚೀಸ್ ಸ್ಟೇಷನ್ ಸಿ ಗೋಡೆಯಲ್ಲಿ ರಂಧ್ರ ಆಗುವವರೆಗೆ ಹೊಡೆದ. ಸ್ವಲ್ಪ ಸಮಯದಲ್ಲೇ ರಂಧ್ರವಾಯಿತು. ಇಬ್ಬರೂ ಒಳಗೆ ಇಣುಕಿದರು, ಅಲ್ಲಿ

ಚೀಸ್ ಕಾಣಲಿಲ್ಲ.

ಅವರು ನಿರಾಶೆಗೊಂಡರು. ಆದರೆ ತಾವು ಸಮಸ್ಯೆ ಪರಿಹರಿಸಬಹುದು ಎಂದು ಅಂದುಕೊಂಡರು. ಇದನ್ನೇ ಅವರು ಪ್ರತಿದಿನ ಮಾಡಲು ಪ್ರಾರಂಭಿಸಿದರು. ಬೆಳಿಗ್ಗೆ ಬೇಗನೆ ಇಲ್ಲಿಗೆ ಬರುವುದು, ರಂಧ್ರ ಕೊರೆಯಲು ಪ್ರಾರಂಭಿಸುವುದು, ರಾತ್ರಿ ಬಹಳ ಹೊತ್ತಿನ ತನಕ ಅಲ್ಲೇ ಇದ್ದು ಇದನ್ನೇ ಮುಂದುವರೆಸುವುದು. ಆದರೆ ಕೆಲ ದಿನಗಳಲ್ಲಿ ಅವರು ಸಾಧಿಸಿದ್ದು ಮಾತ್ರ ಗೋಡೆಯಲ್ಲಿ ದೊಡ್ಡ ರಂಧ್ರ ಕೊರೆದದ್ದು.

ಏನೋ ಒಂದು ಚಟುವಟಿಕೆ ಮಾಡುವುದು ಮತ್ತು ಫಲಪ್ರದವಾಗುವ ಚಟುವಟಿಕೆ ಮಾಡುವುದು, ಇವೆರಡರ ನಡುವಿನ ವ್ಯತ್ಯಾಸವನ್ನು ಹಾ ಅರ್ಥ ಮಾಡಿಕೊಳ್ಳತೊಡಗಿದ.

ಹೆಮ್ ಹೇಳಿದ, "ಬಹುಶಃ ನಾವು ಇಲ್ಲಿಯೇ ಕುಳಿತು ಏನಾಗುತ್ತದೆ ಎಂದು ನೋಡಬೇಕು. ಯಾವಾಗಲಾದರೂ ಅವರು ಚೀಸನ್ನು ಮತ್ತೇ ತಂದಿಡಬಹುದು."

ಹಾ ಅದನ್ನು ನಂಬಲು ಬಯಸಿದ. ಹೀಗಾಗಿ ಪ್ರತಿದಿನ ಅವನು ವಿಶ್ರಾಂತಿ ಪಡೆಯಲು ಮನೆಗೆ ಹೋಗಿ, ಇಷ್ಟವಿಲ್ಲದಿದ್ದರೂ ಹೆಮ್‌ನೊಂದಿಗೆ ಚೀಸ್ ಸ್ಟೇಷನ್ ಸಿ ಗೆ ಬರುತ್ತಿದ್ದ. ಆದರೆ ಚೀಸ್ ಮತ್ತೆ ಎಂದೂ ಅಲ್ಲಿ ಕಾಣಿಸಲಿಲ್ಲ.

ಈಗ ಪುಟ್ಟ ಮನುಷ್ಯರು ಹಸಿವು ಮತ್ತು ಒತ್ತಡದಿಂದ ನಿಶ್ಯಕ್ತರಾಗಿದ್ದರು. ತಮ್ಮ ಪರಿಸ್ಥಿತಿ ಈಗಲೋ ಆಗಲೋ ಸುಧಾರಿಸುತ್ತದೆ ಎಂದು ಕಾಯ್ದು ಕಾಯ್ದು ಹಾ ಸುಸ್ತಾಗಿಹೋಗಿದ್ದ. ತಾವು ಚೀಸ್ ಇಲ್ಲದ ಸ್ಟೇಷನ್ನಿನಲ್ಲಿ ಹೆಚ್ಚು ಸಮಯ ಇದ್ದಷ್ಟೂ ತಮ್ಮ ಪರಿಸ್ಥಿತಿ ಇನ್ನೂ ಹದಗೆಡುತ್ತಾ ಹೋಗುತ್ತದೆ ಎಂದು ಅವನಿಗೆ ಅನ್ನಿಸತೊಡಗಿತು.

ಪರಿಸ್ಥಿತಿಯ ಮೇಲೆ ತಾವು ಹಿಡಿತವನ್ನು ಕಳೆದುಕೊಳ್ಳುತ್ತಿದ್ದೇವೆ ಎಂದು ಹಾ ಗೆ ತಿಳಿದಿತ್ತು.

ಕೊನೆಗೆ, ಒಂದು ದಿನ ಹಾ ತನ್ನನ್ನು ತಾನೇ ನೋಡಿ ನಗಲು ಪ್ರಾರಂಭಿಸಿದನು. "ಹಾ...ಹಾ...ಹಾ... ನಮ್ಮನ್ನು ನೋಡಿ. ನಾವು ಪ್ರತಿದಿನ ಅದೇ ಕೆಲಸ ಮಾಡಿ ಮಾಡಿ, ಪರಿಸ್ಥಿತಿ ಏಕೆ ಬದಲಾಗುತ್ತಿಲ್ಲ ಎಂದು ಆಶ್ಚರ್ಯ ಪಡುತ್ತಿದ್ದೇವೆ. ಇದು ಹಾಸ್ಯಾಸ್ಪದವಲ್ಲವೇ?"

ಮತ್ತೆ ಮೇಝ್‌ನಲ್ಲಿ ಚೀಸ್ ಹುಡುಕಿಕೊಂಡು ಅಲೆದಾಡುವುದು ಹಾನಿಗೆ ಇಷ್ಟವಿರಲಿಲ್ಲ, ಏಕೆಂದರೆ ಮೇಝ್‌ನಲ್ಲಿ ಅವನು ಕಳೆದುಹೋಗುವ ಭಯವೂ ಇತ್ತು, ಜೊತೆಗೆ, ಚೀಸನ್ನು ಎಲ್ಲಿ ಹುಡುಕಬೇಕೆನ್ನುವುದೂ ಸ್ಪಷ್ಟವಿರಲಿಲ್ಲ. ಆದರೆ ಅವನ ಭಯವು ಅವನ ಮೇಲೆ ಏನು ಪರಿಣಾಮ ಬೀರುತ್ತಿದೆ ಎನ್ನುವುದನ್ನು ನೋಡಿದಾಗ ತನ್ನ ಮೂರ್ಖತನಕ್ಕೆ ತನಗೇ ನಗಬೇಕನ್ನಿಸಿತು.

"ನಾವು ನಮ್ಮ ಜಾಗಿಂಗ್ ಶೂಗಳನ್ನು ಎಲ್ಲಿ ಇಟ್ಟಿದ್ದೇವೆ?" ಎಂದು ಹಾ ಹೆಮ್‌ನ್ನು ಕೇಳಿದ. ಅವುಗಳನ್ನು ಹುಡುಕಲು ಅವರಿಗೆ ಬಹಳ ಸಮಯ ಹಿಡಿಯಿತು, ಏಕೆಂದರೆ ಅವರಿಗೆ ಚೀಸ್ ಸ್ಟೇಷನ್ ಸಿ ಯಲ್ಲಿ ಚೀಸ್ ಸಿಕ್ಕ ಮೇಲೆ ಇನ್ನೇನು ಶೂಗಳ ಅವಶ್ಯಕತೆ ಇಲ್ಲ ಎಂದು ಭಾವಿಸಿ ಎಲ್ಲವನ್ನೂ ಎಲ್ಲೋ ಇಟ್ಟುಬಿಟ್ಟಿದ್ದರು.

ಹೆಮ್ ತನ್ನ ಸ್ನೇಹಿತ ತನ್ನ ಜಾಗಿಂಗ್ ಶೂಗಳನ್ನು ಹುಡುಕುವುದನ್ನು ನೋಡಿದಾಗ, ಅವನು, "ನೀನು ಮತ್ತೆ ಮೇಝ್‌ಗೆ ಹೋಗುತ್ತಿಲ್ಲ, ತಾನೆ? ಅವರು ಚೀಸನ್ನು ಮತ್ತೇ ಇಲ್ಲಿ ತಂದಿಡುವವರೆಗೆ ನೀನೂ ಸಹ ನನ್ನೊಂದಿಗೆ ಇಲ್ಲಿಯೇ ಕಾಯಬಾರದೇಕೆ?" ಎಂದು ಕೇಳಿದನು.

"ಮತ್ತೆ ಚೀಸನ್ನು ಹುಡುಕಿಕೊಂಡು ಮೇಝ್‌ನಲ್ಲಿ ಸುತ್ತುವುದು ನನಗೂ ಇಷ್ಟವಿಲ್ಲ, ಆದರೆ ಮತ್ತೆಂದೂ ಅವರು ಚೀಸನ್ನು ಹಿಂತಿರುಗಿಸುವುದಿಲ್ಲ. ಹೊಸ ಚೀಸನ್ನು ಹುಡುಕುವ ಸಮಯ ಬಂದಿದೆ. ಇದೆಲ್ಲ ನನಗೆ ಅರ್ಥವಾಗಿದೆ, ಆದರೆ ನೀನೇಕೆ ಇದನ್ನು ಅರ್ಥಮಾಡಿಕೊಳ್ಳುತ್ತಿಲ್ಲ?" ಎಂದು ಹಾ ಕೇಳಿದ.

ಹೆಮ್ ವಾದ ಮಾಡತೊಡಗಿದ, "ಆದರೆ ಅಲ್ಲಿ ಚೀಸ್ ಇಲ್ಲದಿದ್ದರೆ? ಅಥವಾ ಇದ್ದರೂ ಸಹ, ನಿನಗೆ ಅದು ಸಿಗದಿದ್ದರೆ?"

"ನನಗೆ ಗೊತ್ತಿಲ್ಲ," ಹಾ ಹೇಳಿದ. ಅವನು ಇದೇ ಪ್ರಶ್ನೆಗಳನ್ನು ಹಲವಾರು ಬಾರಿ ತನ್ನನ್ನೇ ಕೇಳಿಕೊಂಡು ಭಯಗೊಂಡಿದ್ದನು. ಮತ್ತು ಅದೇ ಭಯದಿಂದಾಗಿ ಅವನು ಇನ್ನೂ ಅಲ್ಲಿಯೇ ಇದ್ದನು.

"ನನಗೆ ಚೀಸ್ ಸಿಗುವ ಸಾಧ್ಯತೆ ಎಲ್ಲಿ ಹೆಚ್ಚು ಇರುವುದು? ಇಲ್ಲಿಯೋ ಅಥವಾ ಮೇಝ್‌ನಲ್ಲಿಯೋ?" ಎಂದು ಹಾ ತನ್ನನ್ನು ತಾನೇ ಕೇಳಿಕೊಂಡನು.

ಅದಕ್ಕೆ ಉತ್ತರವಾಗಿ ತಾನು ನಗುತ್ತಾ ಮೇಝ್‌ಗೆ ಹೋಗುವ ತನ್ನ ಚಿತ್ರ ಅವನ ಮನದಲ್ಲಿ ಮೂಡಿತು.

ಆ ಚಿತ್ರ ನೋಡಿ ಅವನು ಆಶ್ಚರ್ಯಗೊಂಡರೂ, ಅವನಿಗೆ ಸಂತೋಷವಾಯಿತು. ಮೇಝ್‌ನಲ್ಲಿ ಆಗೀಗ ದಾರಿ ತಪ್ಪಿದರೂ, ಕೊನೆಗೆ ಅಲ್ಲಿ ಹೊಸ ಚೀಸ್ ಸಿಗುವ ಮತ್ತು ಅದರೊಂದಿಗೆ ಉಳಿದೆಲ್ಲ ಒಳ್ಳೆಯದೇ ಘಟಿಸುವ ವಿಶ್ವಾಸ ಮೂಡಿತು. ತನ್ನೆಲ್ಲ ಧೈರ್ಯವನ್ನು ಒಟ್ಟುಗೂಡಿಸಿ ಅದೇ ಸರಿ ಎಂದು ನಿರ್ಧರಿಸಿದನು.

ತನ್ನ ಕಲ್ಪನೆಯಲ್ಲಿ ಹೊಸ ಚೀಸ್‌ನ ರುಚಿಯನ್ನು ಕಂಡುಕೊಂಡು ಆನಂದಿಸುವ, ಅತ್ಯಂತ ವಾಸ್ತವಿಕ ವಿವರಗಳಿಂದ ಕೂಡಿದ, ಅತ್ಯಂತ ನಂಬಲರ್ಹ ಚಿತ್ರವನ್ನು ಚಿತ್ರಿಸಿ ಸಂತೋಷಪಟ್ಟನು.

ಅವನು ವಿಭಿನ್ನ ಬಗೆಯ ಚೀಸ್‌ಗಳನ್ನು ತಾನು ತಿನ್ನುತ್ತಿರುವಂತೆ ಕಲ್ಪಿಸಿಕೊಳ್ಳತೊಡಗಿದನು... ರಂಧ್ರಗಳಿರುವ ಸ್ವಿಸ್ ಚೀಸ್, ಹೊಳೆಯುತ್ತಿರುವ ಕಿತ್ತಳೆ ಬಣ್ಣದ ಚೆಡ್ಡಾರ್ ಮತ್ತು ಅಮೇರಿಕನ್ ಚೀಸ್‌ಗಳು, ಇಟಾಲಿಯನ್ ಮೊಝರೆಲ್ಲಾ ಮತ್ತು ಅತ್ಯಂತ ಮೃದುವಾದ ಫ್ರೆಂಚ್ ಕ್ಯಾಮೆಂಬರ್ಟ್ ಚೀಸ್ ಮತ್ತು...

ಅಷ್ಟರಲ್ಲಿ ಅವನು ಹೆಮ್ ಏನೋ ಹೇಳುವುದನ್ನು ಕೇಳಿದಾಗ, ತಾವು ಇನ್ನೂ ಚೀಸ್ ಸ್ಟೇಷನ್ ಸಿ ಯಲ್ಲಿದ್ದದ್ದು ಗಮನಕ್ಕೆ ಬಂದಿತು.

ಹಾ ಹೇಳಿದ, "ಹೆಮ್, ಕೆಲವೊಮ್ಮೆ, ಪರಿಸ್ಥಿತಿಗಳು ಬದಲಾಗುತ್ತವೆ, ಅವು ಮತ್ತೆಂದೂ ಮೊದಲಿನಂತೆ ಆಗುವುದಿಲ್ಲ. ಇದೂ ಸಹ ಅಂತಹದ್ದೇ ಒಂದು ಎನಿಸುತ್ತಿದೆ. ಅದೇ ಜೀವನ! ಜೀವನ ಬದಲಾಗುತ್ತಿರುತ್ತದೆ. ಅದರ ಜೊತೆ ನಾವೂ ಕೂಡ ಬದಲಾಗಬೇಕು."

ಹಾ ಅತಿಯಾಗಿ ಸೊರಗಿದ್ದ ತನ್ನ ಸ್ನೇಹಿತನನ್ನು ನೋಡಿ, ಅವನಿಗೆ ತಿಳಿಸಿ ಹೇಳಲು ಪ್ರಯತ್ನಿಸಿದನು, ಆದರೆ ಹೆಮ್‌ನ ಭಯ ಕೋಪವಾಗಿ ಮಾರ್ಪಟ್ಟಿತ್ತು ಮತ್ತು ಅವನು ಹಾ ಹೇಳಿದ್ದನ್ನು ಕೇಳಲಿಲ್ಲ. ಹಾ ತನ್ನ ಸ್ನೇಹಿತನೊಂದಿಗೆ ಒರಟಾಗಿ ವರ್ತಿಸಬೇಕೆಂದು ಬಯಸಿರಲಿಲ್ಲ. ಅದರೆ ತಮ್ಮಿಬ್ಬರ ಮೂರ್ಖತನಕ್ಕೆ ಅವನಿಗೆ ನಗುವಂತೂ ಬಂದಿತ್ತು.

ಹಾ ಹೊರಡಲು ಸಿದ್ಧವಾಗುತ್ತಿದ್ದಂತೆ, ಅವನಿಗೆ ಏನೋ ಒಂದು ರೀತಿಯ ಹುಮ್ಮಸ್ಸು, ಜೀವಂತಿಕೆ ಜಾಗೃತವಾದಂತೆನಿಸಿತು, ಅವನು ತನ್ನ ಮೇಲೆ ತಾನೇ ನಕ್ಕು, ಹಿಂದಿನದನ್ನು ಬಿಟ್ಟು ಮುಂದುವರಿಯಲು ಸಾಧ್ಯವಾಗುತ್ತಿರುವುದಕ್ಕೆ ಅವನಿಗೆ ಅಹ್ಲಾದಕರವೆನಿಸಿತು.

ಹಾ ನಗುತ್ತಾ ಜೋರಾಗಿ ಕೂಗಿದ... "ಇದು... ಮೇಝ್‌ನ... ಸಮಯ!"

ಹೆಮ್ ನಗಲಿಲ್ಲ ಮತ್ತು ಪ್ರತಿಕ್ರಿಯಿಸಲಿಲ್ಲ. ಹಾ ಒಂದು ಸಣ್ಣ, ಚೂಪಾದ ಕಲ್ಲನ್ನು ಎತ್ತಿಕೊಂಡು ಹೆಮ್ ಯೋಚಿಸಲು ಗೋಡೆಯ ಮೇಲೆ ಗಂಭೀರವಾದ ಆಲೋಚನೆಯನ್ನು ಬರೆದನು.

ತನ್ನ ವಾಡಿಕೆಯಂತೆ, ಹಾ ಅದರ ಸುತ್ತಲೂ ಚೀಸ್‌ನ ಚಿತ್ರವನ್ನು ಬರೆದನು, ಅದು ಹೆಮ್ ಗೆ ಮುಗುಳ್ನಗಲು, ಮನಸ್ಸು ಹಗುರ ಮಾಡಿಕೊಳ್ಳಲು ಮತ್ತು ಹೊಸ ಚೀಸನ್ನು ಹುಡುಕಲು ಪ್ರೋತ್ಸಾಹಿಸಬಹುದು ಎಂದು ಆಶಿಸಿದನು. ಆದರೆ ಹೆಮ್ ಅದನ್ನು ನೋಡಲು ಬಯಸಲಿಲ್ಲ.

ಅದು ಹೀಗಿತ್ತು:

ನೀವು
ಬದಲಾಗದಿದ್ದರೆ,
ನಿರ್ನಾಮವಾಗಬಹುದು.

ನಂತರ, ಹಾ ತನ್ನ ತಲೆಯನ್ನು ಮೇಜ್‌ನೊಳಗೆ ತೂರಿಸಿ ಆತಂಕದಿಂದ ನೋಡಿದನು. ಈ ಚೀಸ್ ಇಲ್ಲದ ಪರಿಸ್ಥಿತಿಯಲ್ಲಿ ತಾನು ಹೇಗೆ ಸಿಲುಕಿಕೊಂಡೆನು ಎಂದು ಯೋಚಿಸಿದನು.

ಮೇಜ್‌ನಲ್ಲಿ ಚೀಸ್ ಇಲ್ಲದಿರಬಹುದು, ಇದ್ದರೂ ತನಗೆ ಸಿಗದಿರಬಹುದು ಎಂದು ಅನ್ನಿಸಿತು. ಇಂತಹ ಭಯಾನಕ ಯೋಚನೆಗಳು ಅವನನ್ನು ನಿಶ್ಚಲಗೊಳಿಸುತ್ತಿದ್ದವು ಮತ್ತು ನಿಧಾನವಾಗಿ ಕೊಲ್ಲುತ್ತಿದ್ದವು.

ಹಾ ಮುಗುಳ್ನಕ್ಕನು. 'ನನ್ನ ಚೀಸನ್ನು ಯಾರು ಸ್ಥಳಾಂತರಿಸಿದರು?' ಎಂದು ಹೆಮ್ ಆಶ್ಚರ್ಯ ಪಡುತ್ತಿದ್ದಾನೆಂದು ಅವನಿಗೆ ತಿಳಿದಿತ್ತು, ಆದರೆ ಅವನು ಯೋಚಿಸುತ್ತಿದುದೇ ಬೇರೆ...'ನಾನು ಮೊದಲೇ ಏಕೆ ಚೀಸ್‌ನೊಂದಿಗೆ ಸ್ಥಳಾಂತರಗೊಳ್ಳಲಿಲ್ಲ? ನನಗೆ ಮೊದಲೇ ಏಕೆ ಇದು ಹೊಳೆಯಲಿಲ್ಲ' ಎಂಬುದಾಗಿ.

ಮೇಜ್‌ನ ಒಳಗೆ ಹೋಗುವ ಮುನ್ನ ಹಾ ಈಗ ತಾನಿದ್ದ ಸ್ಟೇಷನ್ ಸಿ ಯನ್ನೊಮ್ಮೆ ನೋಡಿದ, ಅಲ್ಲಿನ ಆರಾಮದಾಯಕ ಸ್ಥಿತಿಯನ್ನು ಅನುಭವಿಸಿದ. ಕೆಲ ಸಮಯದಿಂದ ಅಲ್ಲಿ ಚೀಸ್ ಸಿಕ್ಕಿಲ್ಲದಿದ್ದರೂ, ಮತ್ತೆ ತಾನು ಅಲ್ಲಿಗೇ ಆಕರ್ಷಿಸಲ್ಪಡುತ್ತಿರುವಂತೆ ಅವನಿಗನ್ನಿಸಿತು.

ಹಾ ನಿಗೆ ಇನ್ನೂ ಹೆಚ್ಚು ಆತಂಕವಾಯಿತು. ತಾನು ನಿಜವಾಗಿಯೂ ಮೇಜ್‌ಗೆ ಹೋಗಲು ಬಯಸುತ್ತೇನೆಯೇ ಎಂದು ಆಶ್ಚರ್ಯಪಟ್ಟನು. ಅವನು ತನ್ನ ಎದುರಿಗಿರುವ ಗೋಡೆಯ ಮೇಲೆ ಒಂದು ಗೋಡೆಬರಹ ಬರೆದು ಸ್ವಲ್ಪ ಹೊತ್ತು ಅದನ್ನೇ ದಿಟ್ಟಿಸಿ ನೋಡಿದನು:

ನಿಮಗೆ
ಭಯವಾಗಿರದಿದ್ದರೆ
ಏನು
ಮಾಡುತ್ತಿದ್ದಿರಿ?

ಅವನು ಅದರ ಬಗ್ಗೆ ಯೋಚಿಸಿದನು.

ಕೆಲವೊಮ್ಮೆ ಭಯ ಒಳ್ಳೆಯದು ಎಂದು ಅವನಿಗೆ ತಿಳಿದಿತ್ತು. ನಿಮಗೆ ಭಯವಾದಾಗ ನೀವು ಏನಾದರೂ ಮಾಡದಿದ್ದರೆ ಪರಿಸ್ಥಿತಿ ಇನ್ನೂ ಕೆಡುತ್ತಾ ಹೋಗುತ್ತದೆ, ಆಗ ಅದನ್ನು ಎದುರಿಸಲು ನೀವು ಏನನ್ನಾದರೂ ಮಾಡಲು ಆ ಭಯವೇ ನಿಮ್ಮನ್ನು ಪ್ರೇರೇಪಿಸಬಹುದು. ಆದರೆ ನಿಮ್ಮ ಭಯ ಅತಿ ಆದರೆ, ಅದು ನಿಮ್ಮನ್ನು ಏನನ್ನೂ ಮಾಡದಂತೆಯೂ ತಡೆಯಬಹುದು. ಅಂತಹ ಭಯ ಒಳ್ಳೆಯದಲ್ಲ.

ಹಾ ತನ್ನ ಬಲಕ್ಕೆ ಹೊರಳಿ, ತಾನು ಎಂದಿಗೂ ಹೋಗದ ಮೇಝ್‌ನ ಭಾಗವನ್ನು ನೋಡಿದನು, ಅವನಿಗೆ ಭಯವಾಯಿತು. ನಂತರ, ಅವನು ದೀರ್ಘವಾಗಿ ಉಸಿರನ್ನು ತೆಗೆದುಕೊಂಡು, ಮೇಝ್‌ನ ಬಲಕ್ಕೆ ತಿರುಗಿ, ತಾನು ಎಂದಿಗೂ ಹೋಗದ ಭಾಗದ ಕಡೆಗೆ ನಿಧಾನವಾಗಿ ಓಡಿದನು.

ಹಾ ತನ್ನ ದಾರಿ ಹುಡುಕಲು ಪ್ರಯತ್ನಿಸುತ್ತಿದ್ದಂತೆ, ತಾನು ಚೀಸ್ ಸ್ಟೇಷನ್ ಸಿ ಯಲ್ಲಿ ತುಂಬಾ ಸಮಯ ವ್ಯರ್ಥ ಮಾಡಿದೆನೇನೋ ಎಂದು ಯೋಚಿಸಿದ. ಅವನು ಕೆಲ ದಿನಗಳಿಂದ ಚೀಸ್ ತಿಂದಿಲ್ಲದೇ ನಿಶ್ಯಕ್ತನಾಗಿದ್ದನು. ಆದ್ದರಿಂದ ಮೇಝ್‌ನ ಮೂಲಕ ಓಡುವುದಕ್ಕೆ ಅವನು ಈಗ ಹೆಚ್ಚು ಸಮಯ ತೆಗೆದುಕೊಳ್ಳುತ್ತಿದ್ದ ಮತ್ತು ಹಿಂದಿನ ಸಲಕ್ಕಿಂತ ಅದು ಅವನಿಗೆ ಕಷ್ಟದಾಯಕವಾಗಿತ್ತು.

ಮತ್ತೆ ಅವಕಾಶ ಸಿಕ್ಕರೆ, ತಾನು ತನ್ನ ಆರಾಮ ವಲಯ(comfort zone)ದಿಂದ ಬೇಗನೆ ಹೊರಬಂದು ಬದಲಾವಣೆಗೆ ಹೊಂದಿಕೊಳ್ಳುತ್ತೇನೆ ಎಂದು ಹಾ ನಿರ್ಧರಿಸಿದ. ಅದು ಪರಿಸ್ಥಿತಿಯನ್ನು ಉತ್ತಮಗೊಳಿಸುತ್ತದೆ ಎಂದುಕೊಂಡ. ನಂತರ, ಹಾ 'ಎಂದಿಗೂ ಮಾಡದೇ ಇರುವುದಕ್ಕಿಂತ ತಡವಾಗಿಯಾದರೂ ಮಾಡುವುದು ಒಳಿತು' ಎಂದು ಯೋಚಿಸಿದ. ಅವನ ಮುಖದ ಮೇಲೆ ನಿರ್ಲಿಪ್ತ ನಗು ಮೂಡಿ ಮಾಯವಾಯಿತು.

ಮುಂದಿನ ಕೆಲವು ದಿನಗಳಲ್ಲಿ, ಹಾ ಅಲ್ಲಿ ಇಲ್ಲಿ ಸ್ವಲ್ಪ ಚೀಸನ್ನು ಹುಡುಕಿಕೊಂಡನು, ಆದರೆ ಅದು ಹೆಚ್ಚು ಸಮಯ ಉಳಿಯಲಿಲ್ಲ. ಸಾಕಷ್ಟು ಚೀಸ್ ಸಿಕ್ಕರೆ ಸ್ವಲ್ಪ ಚೀಸನ್ನು ಹೆಮ್ ನಿಗೆ ತೆಗೆದುಕೊಂಡು ಹೋಗಿ ಅವನನ್ನೂ ಮೇಜ್‌ಗೆ ಬರಲು ಪ್ರೋತ್ಸಾಹಿಸಬಹುದು ಎಂದು ಅವನು ಆಶಿಸಿದ್ದ. ಆದರೆ ಅವನಿಗಿನ್ನೂ ಅಷ್ಟೊಂದು ಆತ್ಮವಿಶ್ವಾಸ ಮೂಡಿರಲಿಲ್ಲ. ಮೇಜ್‌ನಲ್ಲಿ ಪರಿಸ್ಥಿತಿ ಸ್ವಲ್ಪ ಬದಲಾದಂತೆ, ಕಳೆದ ಸಲಕ್ಕಿಂತ ಹೆಚ್ಚು ಗೊಂದಲಮಯವಾಗಿರುವಂತೆ ಅವನಿಗೆ ಅನ್ನಿಸಿತು.

ತಾನು ಮುಂದೆ ಸಾಗುತ್ತಿದ್ದೇನೆ ಎಂದು ಅವನಿಗೆ ಅನ್ನಿಸುತ್ತಿದ್ದಂತೆ ಅವನು ಮೊಗಸಾಲೆಗಳಲ್ಲಿ ಕಳೆದುಹೋಗುತ್ತಿದ್ದ. ಅವನ ಪ್ರಗತಿ ಎರಡು ಹೆಜ್ಜೆ ಮುಂದಕ್ಕೆ ಮತ್ತು ಒಂದು ಹೆಜ್ಜೆ ಹಿಂದಕ್ಕೆ ಇದ್ದಂತೆ ಭಾಸವಾಗುತ್ತಿತ್ತು. ಇದು ಒಂದು ಸವಾಲಾಗಿತ್ತು, ಆದರೆ ಮೇಜ್‌ಗೆ ಮರಳಿ ಬಂದು, ಚೀಸನ್ನು ಹುಡುಕುವುದು, ಅದು ಅವನು ಭಯಪಟ್ಟಷ್ಟು ಕೆಟ್ಟದಾಗಿರಲಿಲ್ಲ ಎಂದು ಅವನಿಗೆ ಮನವರಿಕೆಯಾಯಿತು.

ಸಮಯ ಕಳೆದಂತೆ, ಹೊಸ ಚೀಸ್ ಸಿಗುತ್ತದೆ ಎಂದು ನಿರೀಕ್ಷಿಸುವುದು ನಿಜವಾಗಿಯೂ ವಾಸ್ತವಿಕವೇ ಎಂದು ಅವನು ಯೋಚಿಸಲು ಆರಂಭಿಸಿದನು. ತನಗೆ ಸಾಧ್ಯವಾಗುವುದಕ್ಕಿಂತ ಹೆಚ್ಚಿನದನ್ನು ನಾನು ಮಾಡಲು ಹೊರಟಿಲ್ಲ ತಾನೆ? ಎಂದು ಆಶ್ಚರ್ಯಪಟ್ಟನು. ಆದರೆ ಅದನ್ನು ಬಿಟ್ಟರೆ ಅವನಿಗೆ ಮಾಡಲು ಸೂಕ್ತವಾದದ್ದು ಬೇರೇನೂ ಇರಲಿಲ್ಲ ಎನ್ನುವ ಸತ್ಯವನ್ನು ಅರಿತು ನಕ್ಕನು.

ಅವನು ಉತ್ಸಾಹ ತಗ್ಗಲು ಪ್ರಾರಂಭವಾದಾಗಲೆಲ್ಲಾ, ಈಗ ತಾನು ಏನು ಮಾಡುತ್ತಿದ್ದೇನೋ ಅದು ಈ ಸಮಯದಲ್ಲಿ ಎಷ್ಟೇ ಕಷ್ಟಕರವಾಗಿದ್ದರೂ, ಚೀಸ್ ಇಲ್ಲದ ಸ್ಟೇಷನ್ನಿನಲ್ಲಿ ಇದ್ದಿದ್ದಕ್ಕಿಂತ ಇದು ಉತ್ತಮ ಎಂದು ಸಮಾಧಾನ ಪಟ್ಟುಕೊಂಡ. ಪರಿಸ್ಥಿತಿ ತನ್ನನ್ನು ನಿಯಂತ್ರಿಸಲು ಬಿಡದೆ, ಅವನು ಪರಿಸ್ಥಿತಿಯನ್ನು ನಿಯಂತ್ರಣಕ್ಕೆ ತೆಗೆದುಕೊಳ್ಳುತ್ತಿದ್ದ.

ನಂತರ ಅವನು ಸ್ನಿಫ್ ಮತ್ತು ಸ್ಕರ್ರಿ ಮುಂದುವರಿದದ್ದನ್ನು ನೆನಪಿಸಿಕೊಂಡು, ಅವು ಮುಂದೆ ಹೋಗಬಹುದಾದರೆ, ತಾನೂ ಸಹ ಮುಂದುವರಿಯಬಹುದು ಎಂದು ಯೋಚಿಸಿದ!

ನಂತರ, ಹಾ ಪರಿಸ್ಥಿತಿಯನ್ನೊಮ್ಮೆ ಪರಾಮರ್ಶಿಸಿದಾಗ, ತಾನು ಈ ಮೊದಲು ಅಂದುಕೊಂಡಂತೆ ಚೀಸ್ ಸ್ಟೇಷನ್ ಸಿ ಯಲ್ಲಿರುವ ಚೀಸ್ ರಾತ್ರೋರಾತ್ರಿಯೇನೂ ಕಣ್ಮರೆಯಾಗಿರಲಿಲ್ಲ, ಅದು ಕ್ರಮೇಣವಾಗಿ ಕಡಿಮೆಯಾಗತೊಡಗಿತ್ತು ಎಂದು ಅವನಿಗೆ ಅರಿವಾಯಿತು. ಮತ್ತು ಅಲ್ಲಿ ಉಳಿದಿರುವ ಚೀಸ್ ಹಳೆಯದಾಗಿತ್ತು, ಹಾಗಾಗಿ ಅದು ಅಷ್ಟೊಂದು ರುಚಿಯಾಗಿಯೂ ಇರಲಿಲ್ಲ.

ಹಳೆಯ ಚೀಸ್ ಮೇಲೆ ಬೂಷ್ಟು ಬೆಳೆಯಲು ಪ್ರಾರಂಭಿಸಿದ್ದಿರಬಹುದು, ಆದರೂ ಅವನು ಅದನ್ನು ಗಮನಿಸಿರಲಿಲ್ಲ. ಬಹುಶಃ ಏನಾಗುತ್ತಿದೆ ಎಂಬುದನ್ನು ತಾನು ಗಮನಿಸಬಹುದಿತ್ತು, ಆದರೆ ತಾನು ಹಾಗೆ ಮಾಡಲಿಲ್ಲ ಎಂದು ಅವನು ಒಪ್ಪಿಕೊಂಡ.

ಅಲ್ಲಿ ಏನಾಗುತ್ತಿದೆ ಎಂಬುದನ್ನು ಅವನು ಗಮನಿಸಿದ್ದರೆ ಮತ್ತು ಬದಲಾವಣೆಯನ್ನು ನಿರೀಕ್ಷಿಸಿದ್ದರೆ, ಆ ಬದಲಾವಣೆಯು ಅವನನ್ನು ಚಕಿತಗೊಳಿಸುತ್ತಿರಲಿಲ್ಲ, ಬಹುಶಃ ಸ್ನಿಫ್ ಮತ್ತು ಸ್ಕರ್ರಿ ಮಾಡುತ್ತಿದ್ದುದು ಅದನ್ನೇ ಎಂದು ಹಾ ಈಗ ಅರ್ಥ ಮಾಡಿಕೊಂಡನು.

ಅವನು ಇನ್ನು ಮುಂದೆ ಹೆಚ್ಚು ಜಾಗರೂಕನಾಗಿರಲು ನಿರ್ಧರಿಸಿದನು. ಬದಲಾವಣೆಯನ್ನು ನಿರೀಕ್ಷಿಸುತ್ತೇನೆ ಮತ್ತು ಅದನ್ನು ಗಮನಿಸುತ್ತೇನೆ ಎಂದುಕೊಂಡನು. ಸಾಮಾನ್ಯವಾಗಿ ಬದಲಾವಣೆ ಯಾವಾಗ ಸಂಭವಿಸುತ್ತದೆ ಎನ್ನುವುದನ್ನು ಸ್ವಾಭಾವಿಕವಾಗಿ ತಾನು ಗ್ರಹಿಸುತ್ತೇನೆ ಮತ್ತು ಅದಕ್ಕೆ ಹೊಂದಿಕೊಳ್ಳಲು ಸಿದ್ಧವಾಗಿರುತ್ತೇನೆ ಎಂದುಕೊಂಡನು. ಅವನು ದಣಿವಾರಿಸಿಕೊಳ್ಳಲು ನಿಂತು, ಮೇಝ್‌ನ ಗೋಡೆಯ ಮೇಲೆ ಬರೆದನು:

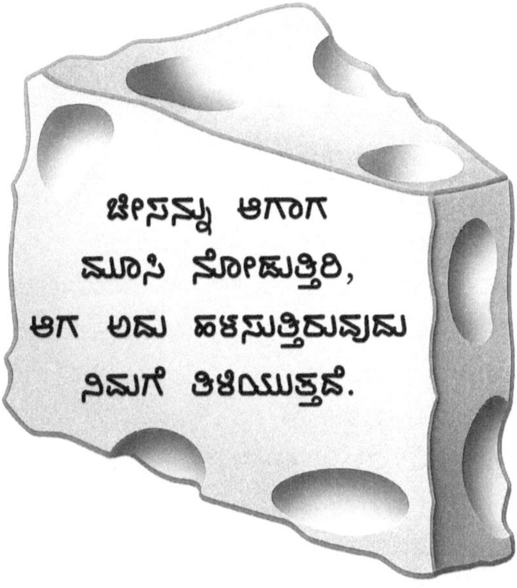
ಚೀಸನ್ನು ಆಗಾಗ
ಮೂಸಿ ನೋಡುತ್ತಿರಿ,
ಆಗ ಅದು ಹಳಸುತ್ತಿರುವುದು
ನಿಮಗೆ ತಿಳಿಯುತ್ತದೆ.

ಚೀಸ್ ಸಿಗದೇ ಎಷ್ಟೋ ಹೊತ್ತಾದ ನಂತರ, ಹಾ ಕೊನೆಗೂ ಒಂದು ದೊಡ್ಡ ಚೀಸ್ ಸ್ಟೇಷನ್ ಮುಂದೆ ನಿಂತಿದ್ದನು, ಅವನಿಗೆ ಆಶಾ ಭಾವನೆ ಮೂಡಿತು. ಆದರೆ, ಒಳಗೆ ಹೋದಾಗ, ಚೀಸ್ ಸ್ಟೇಷನ್ ಖಾಲಿಯಾಗಿರುವುದನ್ನು ಕಂಡು ಅವನಿಗೆ ತುಂಬಾ ನಿರಾಶೆಯಾಯಿತು.

'ಈ ನಿರಾಶಾಭಾವನೆ ನನಗೆ ಆಗಾಗ್ಗೆ ಮೂಡುತ್ತಲೇ ಇದೆ' ಎಂದು ಅವನು ಅಂದುಕೊಂಡನು. ಹುಡುಕುವ ಆಸೆಯನ್ನು ಬಿಟ್ಟುಬಿಡಬೇಕೆ? ಎನ್ನಿಸಿತು ಅವನಿಗೆ.

ಹಾ ತನ್ನ ದೈಹಿಕ ಶಕ್ತಿಯನ್ನು ಕಳೆದುಕೊಳ್ಳುತ್ತಿದ್ದನು. ತನ್ನಿಂದಾಗುತ್ತಿಲ್ಲ ಎಂದು ಅವನಿಗೆ ಅನ್ನಿಸಿತು. ತಾನು ಬದುಕುಳಿಯುವುದಿಲ್ಲ ಎಂದೂ ಭಯಪಟ್ಟನು.

ಅವನು ಚೀಸ್ ಸ್ಟೇಷನ್ ಸಿ ಗೆ ಹಿಂತಿರುಗಿ ಹೋಗುವ ಬಗ್ಗೆ ಯೋಚಿಸಿದನು. ತಾನು ಅಲ್ಲಿಗೆ ಮರಳಿದಾಗ ಹೆಮ್ ಇನ್ನೂ ಅಲ್ಲಿಯೇ ಇದ್ದರೆ, ತಾನು ಒಂಟಿಯಾಗಿರುವುದಿಲ್ಲ ಎಂದೂ ಯೋಚಿಸಿದನು.

ನಂತರ ಅವನು ಮತ್ತೆ ಅದೇ ಪ್ರಶ್ನೆಯನ್ನು ಕೇಳಿಕೊಂಡನು, "ಒಂದು ವೇಳೆ ನಾನು ಭಯ ಪಡದಿದ್ದರೆ ಏನು ಮಾಡುತ್ತಿದ್ದೆ?"

ಹಾ ಈ ಹಿಂದೆ ತನಗಾಗುತ್ತಿದ್ದ ಭಯವನ್ನು ಮೀರಿದ್ದೇನೆಂದು ಭಾವಿಸಿದ್ದನು, ಆದರೆ ಈಗ, ತಾನು ಒಪ್ಪಿಕೊಳ್ಳುವುದಕ್ಕಿಂತ ಹೆಚ್ಚು ಭಯ ಪಡುತ್ತಿದ್ದನು. ತಾನು ಭಯ ಪಡುತ್ತಿರುವುದು ಯಾವುದಕ್ಕೆ ಎಂದು ಅವನಿಗೆ ಯಾವಾಗಲೂ ಖಚಿತವಿರಲಿಲ್ಲ, ಆದರೆ, ಅವನ ಈ ದುರ್ಬಲ ಸ್ಥಿತಿಯಲ್ಲಿ, ಈಗ ತಾನು ಒಬ್ಬಂಟಿಯಾಗಿ ಮುಂದೆ ಹೋಗಲು ಭಯ ಪಡುತ್ತಿದ್ದೇನೆ ಎಂದು ಅವನಿಗೆ ಅರ್ಥವಾಯಿತು. ಹಾ ನಿಗೆ ತಿಳಿದಿರಲಿಲ್ಲ, ತಾನು ಹಿಂದೇಟು ಹಾಕುತ್ತಿರುವುದಕ್ಕೆ ಕಾರಣ ತನ್ನ ಭಯಭೀತ ನಂಬಿಕೆಗಳೇ ಎಂದು.

ಹೆಮ್ ಅಲ್ಲಿಂದ ಹೊರಟು ಹೋಗಿದ್ದಾನೋ ಅಥವಾ ಅಲ್ಲಿಂದ ಹೋಗಲು ಇನ್ನೂ ಭಯಪಡುತ್ತಲೇ ಇದ್ದಾನೋ ಎಂದು ಹಾ ಯೋಚಿಸಿದನು. ಮೇಜ಼್‌ನಲ್ಲಿ ಯಾವಾಗ ತನಗೆ ಒಳ್ಳೆಯ ಅನುಭವವಾಯಿತು ಎಂದು ಹಾ ಯೋಚಿಸಿದಾಗ 'ತಾನು ಮೇಜ಼್‌ನಲ್ಲಿ ಮುನ್ನಡೆಯುತ್ತಿರುವಾಗ' ಎಂದು ಅವನಿಗೆ ಮನವರಿಕೆಯಾಯಿತು.

ಆಗ, ತನ್ನ ನೆನಪಿಗಾಗಿ ಹಾಗೂ ತನ್ನ ಸ್ನೇಹಿತ ಹೆಮ್ ತನ್ನನ್ನು ಯಾವಾಗಲಾದರೂ ಹುಡುಕಿದರೆ ಗುರುತು ಇರಲಿ ಎಂದು ಅವನು ಗೋಡೆಯ ಮೇಲೆ ಹೀಗೆ ಬರೆದನು:

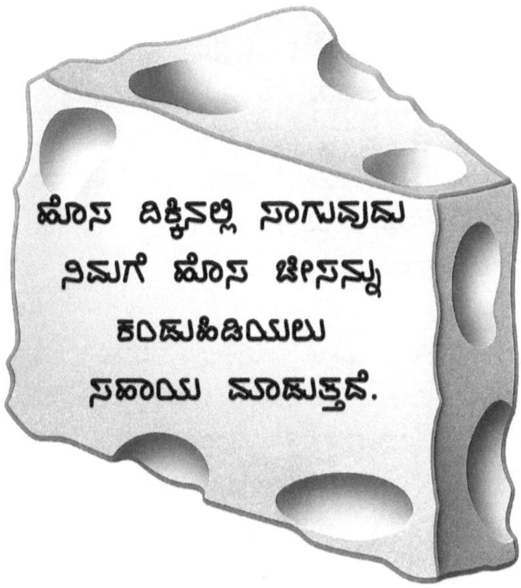

ಹಾ ಕತ್ತಲೆಯ ಹಾದಿಯನ್ನು ನೋಡಿದಾಗ ಅವನಿಗೆ ತನ್ನ ಭಯ ಮತ್ತೆ ನೆನಪಾಯಿತು. ಮುಂದೆ ಏನಿದೆ? ಅವೂ ಖಾಲಿಯಾಗಿಯೇ ಇವೆಯೇ? ಅಥವಾ ಅಲ್ಲಿ ಅಪಾಯವೇನಾದರೂ ಇದೆಯೇ? ಸಂಭವಿಸಬಹುದಾದ ಎಲ್ಲಾ ರೀತಿಯ ಭಯಾನಕ ಪರಿಸ್ಥಿತಿಗಳನ್ನು ಅವನು ಊಹಿಸಲು ಪ್ರಾರಂಭಿಸಿದನು. ಈ ಊಹೆಗಳು ಅವನನ್ನು ಭಯ ಪಡಿಸಿ ಕೊಲ್ಲುತ್ತಿದ್ದವು.

ಅವನಿಗೆ ತನ್ನ ಮೇಲೇ ತನಗೆ ನಗು ಬಂತು. ಈ ಭಯ ಪರಿಸ್ಥಿತಿಯನ್ನು ಇನ್ನಷ್ಟು ಹದಗೆಡಿಸುತ್ತಿದೆ ಎಂದು ಅವನಿಗೆ ಅರ್ಥವಾಯಿತು. ಒಂದು ವೇಳೆ ತಾನು ಭಯಪಡದಿದ್ದರೆ ಏನು ಮಾಡುತ್ತಿದ್ದೆನೋ ಅದನ್ನು ಮಾಡಬೇಕು ಎಂದು ಯೋಚಿಸಿ, ಹಾ ಹೊಸ ದಿಕ್ಕಿನಲ್ಲಿ ಹೊರಟನು.

ಕತ್ತಲೆಯ ಮೊಗಸಾಲೆಯಲ್ಲಿ ಓಡಲು ಪ್ರಾರಂಭಿಸಿದಾಗ ಅವನು ಮುಗುಳ್ನಗುತ್ತಿದ್ದನು. ಅವನು ಇನ್ನೂ ಅರಿತಿರಲಿಲ್ಲ, ಆದರೆ ತನ್ನ ಆತ್ಮವನ್ನು ಪೋಷಿಸುತ್ತಿರುವುದು ಯಾವುದು ಎಂಬುದನ್ನು ಅವನು ಕಂಡುಹಿಡಿಯುತ್ತಿದ್ದನು. ಮುಂದೆ ಏನು ಕಾದಿದೆ ಎಂದು ನಿಖರವಾಗಿ ತಿಳಿದಿಲ್ಲದಿದ್ದರೂ ಸಹ, ಹಿಂದಿನದನ್ನು ಬಿಟ್ಟು, ಮುಂದೆ ಸಾಗುವುದರ ಬಗ್ಗೆ ವಿಶ್ವಾಸವಿರಿಸುತ್ತಿದ್ದನು.

"ನನಗೆ ಚೀಸ್ ಇನ್ನೂ ಸಿಕ್ಕಿಲ್ಲ, ಮತ್ತು ನಾನು ಎಲ್ಲಿಗೆ ಹೋಗುತ್ತಿದ್ದೇನೆಂದೂ ಸಹ ನನಗೆ ತಿಳಿದಿಲ್ಲ. ಆದರೂ, ನನಗೇಕೆ ಇಷ್ಟೊಂದು ಖುಷಿಯಾಗುತ್ತಿದೆ?" ಎಂದು ಅವನು ಆಶ್ಚರ್ಯಪಟ್ಟನು. ಅವನು ತನ್ನ ಈಗಿನ ಪರಿಸ್ಥಿತಿಯನ್ನೂ ಹೆಚ್ಚು ಹೆಚ್ಚು ಆನಂದಿಸಲು ಪ್ರಾರಂಭಿಸಿದ್ದು ಹಾ ನಿಗೆ ಆಶ್ಚರ್ಯವಾಯಿತು.

ತುಂಬಾ ತಡವಾಗುವ ಮೊದಲೇ, ತನಗೆ ಏಕೆ ಅಷ್ಟೊಂದು ಖುಷಿಯಾಗುತ್ತಿದೆ ಎಂದು ಅವನಿಗೆ ಅರ್ಥವಾಯಿತು. ಅವನು ಮತ್ತೆ ಗೋಡೆಯ ಮೇಲೆ ಬರೆಯಲು ನಿಂತನು:

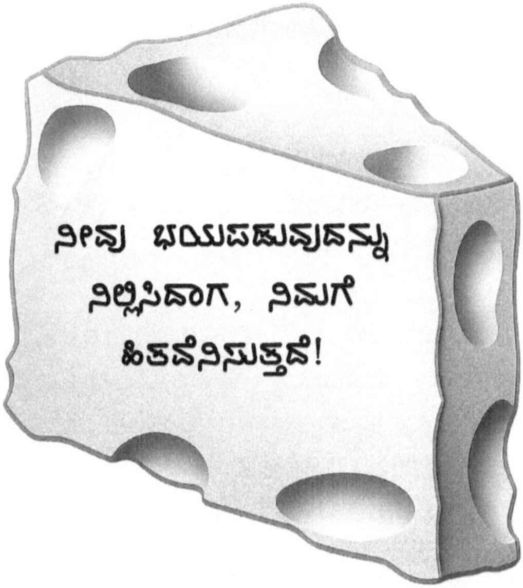
ನೀವು ಭಯಪಡುವುದನ್ನು
ನಿಲ್ಲಿಸಿದಾಗ, ನಿಮಗೆ
ಹಿತವೆನಿಸುತ್ತದೆ!

ಹಾ ನಿಗೆ ತಾನು ಸ್ವತಃ ತನ್ನದೇ ಭಯದಲ್ಲಿ ಸಿಲುಕಿಹೋಗಿದ್ದೆ ಎಂದು ಅರಿವಾಯಿತು. ಹೊಸ ದಿಕ್ಕಿನಲ್ಲಿ ಹೋಗುವ ವಿಚಾರ ಅವನನ್ನು ಆ ಭಯದಿಂದ ಮುಕ್ತಗೊಳಿಸಿತ್ತು.

ಮೇಜ್‌ನ ಈ ಭಾಗದಲ್ಲಿ ಬೀಸುತ್ತಿದ್ದ ತಂಗಾಳಿಯ ಅನುಭವ ಅವನಿಗೆ ಇನ್ನೂ ಹೆಚ್ಚು ಆಹ್ಲಾದಕರವೆನಿಸಿತು. ಅವನು ದೀರ್ಘವಾಗಿ ಉಸಿರು ತೆಗೆದುಕೊಂಡನು, ದೇಹದಲ್ಲಿ ಆ ಉಸಿರಿನ ಚಲನೆ ಅವನಿಗೆ ಇನ್ನೂ ಹೆಚ್ಚಿನ ಚೈತನ್ಯ ಮೂಡಿಸಿತು. ತನ್ನ ಭಯದಿಂದ ಮುಕ್ತವಾದ ನಂತರ, ಹುಡುಕಾಟ ತಾನು ಅಂದುಕೊಂಡಿದ್ದಕ್ಕಿಂತ ಹೆಚ್ಚು ಆನಂದದಾಯಕ ಎನ್ನಿಸತೊಡಗಿತು.

ಹಾ ತುಂಬಾ ಸಮಯದಿಂದ ಇಷ್ಟೊಂದು ಖುಷಿಯನ್ನು ಅನುಭವಿಸಿರಲಿಲ್ಲ. ಈ ಹುಡುಕಾಟ ಎಷ್ಟು ಖುಷಿ ನೀಡುತ್ತದೆ ಎಂಬುದನ್ನು ಅವನು ಬಹುತೇಕ ಮರೆತಿದ್ದನು.

ಈ ಅನುಭವವನ್ನು ಇನ್ನಷ್ಟು ಉತ್ತಮಗೊಳಿಸಲು, ಹಾ ತನ್ನ ಮನಸ್ಸಿನಲ್ಲಿ ಒಂದು ಚಿತ್ರವನ್ನು ಊಹಿಸಲು ಪ್ರಾರಂಭಿಸಿದನು. ಚೆಡ್ಡಾರ್‌ದಿಂದ ಬ್ರೀವರೆಗೆ ತನ್ನ ಎಲ್ಲಾ ನೆಚ್ಚಿನ ಚೀಸ್‌ಗಳ ರಾಶಿಯ ಮಧ್ಯದಲ್ಲಿ ಕುಳಿತು, ತನಗೆ ಅತೀ ಇಷ್ಟವಾದ ಎಲ್ಲ ಚೀಸ್‌ಗಳನ್ನು ತಾನು ತಿನ್ನುತ್ತಿರುವಂತೆ ಹಾಗೂ ಅವುಗಳ ರುಚಿಯನ್ನು ಆಸ್ವಾದಿಸಿ ಅನುಭವಿಸುತ್ತಿರುವಂತೆ ವಿವರವಾದ ಚಿತ್ರವನ್ನು ಊಹಿಸಿಕೊಂಡು ಖುಷಿಪಟ್ಟನು!

ಹೊಸ ಚೀಸನ್ನು ಆಸ್ವಾದಿಸುತ್ತಿರುವ ತನ್ನ ಚಿತ್ರವನ್ನು ಅವನು ಹೆಚ್ಚು ಸ್ಪಷ್ಟವಾಗಿ ನೋಡಿದಷ್ಟೂ, ಅದು ಹೆಚ್ಚು ನಿಜವಾದ ಹಾಗೂ ನಂಬಲರ್ಹ ಚಿತ್ರ ಅನ್ನಿಸತೊಡಗಿತು. ತಾನು ಚೀಸನ್ನು ಕಂಡುಕೊಳ್ಳಲಿದ್ದೇನೆ ಎಂಬ ಭಾವನೆ ಅವನಿಗೆ ಬರುತ್ತಿತ್ತು.

ಅವನು ಹೀಗೆ ಬರೆದ:

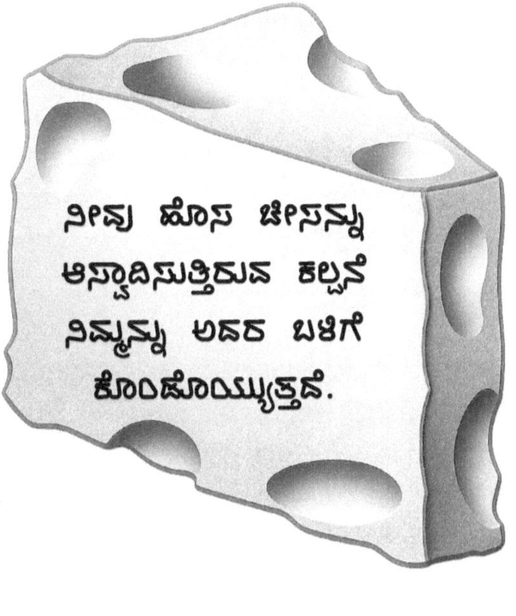
ನೀವು ಹೊಸ ಚೀಸನ್ನು
ಆಸ್ವಾದಿಸುತ್ತಿರುವ ಕಲ್ಪನೆ
ನಿಮ್ಮನ್ನು ಅದರ ಬಳಿಗೆ
ಕೊಂಡೊಯ್ಯುತ್ತದೆ.

ಹಾ ತಾನು ಏನನ್ನು ಕಳೆದುಕೊಳ್ಳುತ್ತಿದ್ದೇನೆ ಎಂದು ಯೋಚಿಸುವ ಬದಲು ಏನನ್ನು ಪಡೆಯಬಹುದು ಎಂಬುದರ ಬಗ್ಗೆ ಯೋಚಿಸುತ್ತಿದ್ದ. ಬದಲಾವಣೆಯಿಂದ ಒಳ್ಳೆಯದಾಗುವುದಿಲ್ಲ ಎಂದು ಅವನು ಯಾವಾಗಲೂ ಏಕೆ ಭಾವಿಸಿದ್ದನೆಂದು ಅವನಿಗೆ ಆಶ್ಚರ್ಯವಾಯಿತು. ಹಾಗೆಯೇ, ಬದಲಾವಣೆಯಿಂದ ಒಳ್ಳೆಯದೂ ಆಗಬಹುದು ಎಂದು ಈಗ ಅವನಿಗೆ ಅರ್ಥವಾಯಿತು.

"ಈ ಭಾವನೆ ಈ ಮುಂಚೆ ನನಗೆ ಏಕೆ ಬರಲಿಲ್ಲ?" ಅವನು ತನ್ನನ್ನು ತಾನೇ ಕೇಳಿಕೊಂಡನು.

ಈಗ ಅವನು ಇನ್ನೂ ಹೆಚ್ಚು ಶಕ್ತಿ ಮತ್ತು ಚುರುಕುತನದಿಂದ ಮೇಝ್‌ನಲ್ಲಿ ಚೀಸ್ ಹುಡುಕುತ್ತಾ ಮುಂದೆ ಓಡತೊಡಗಿದನು. ಸ್ವಲ್ಪ ಹೊತ್ತಿನಲ್ಲೇ ಅವನು ಒಂದು ಚೀಸ್ ಸ್ಟೇಷನ್ ನೋಡಿದನು. ಅದರ ಪ್ರವೇಶದ್ವಾರದ ಬಳಿ ಹೊಸ ಚೀಸ್‌ನ ಸಣ್ಣ ತುಂಡುಗಳು ಬಿದ್ದಿದ್ದನ್ನು ಗಮನಿಸಿ ಅವನ ಉತ್ಸಾಹ ಹೆಚ್ಚಾಯಿತು.

ಅವು ಅವನು ಹಿಂದೆಂದೂ ನೋಡದ ಚೀಸ್‌ನ ಪ್ರಕಾರಗಳಾಗಿದ್ದವು, ಆದರೆ ಅವು ನೋಡಲು ಚೆನ್ನಾಗಿದ್ದವು. ಅವನು ಅವುಗಳನ್ನು ತಿಂದು ನೋಡಿದನು, ಅವು ತುಂಬಾ ರುಚಿಯಾಗಿದ್ದವು. ಅವನು ಸಾಕಷ್ಟು ಹೊಸ ಚೀಸ್‌ನ ತುಣುಕುಗಳನ್ನು ತಿಂದನು, ಮತ್ತೆ ಹಸಿವಾದಾಗ ತಿನ್ನಲೆಂದೂ ಅಥವಾ ಹೆಮ್‌ಗೆ ಕೊಡಲೆಂದೋ ಕೆಲವನ್ನು ತನ್ನ ಜೇಬಿನಲ್ಲಿ ಹಾಕಿಕೊಂಡನು, ಈಗ ಅವನಿಗೆ ಅವನ ಶಕ್ತಿ ಮರಳಿ ಬರಲು ಶುರುವಾಯಿತು.

ಅವನು ಬಹಳ ಉತ್ಸಾಹದಿಂದ ಚೀಸ್ ಸ್ಟೇಷನ್ ಪ್ರವೇಶಿಸಿದನು. ಆದರೆ, ಅಷ್ಟೇ ಬೇಗ ಅವನಿಗೆ ನಿರಾಶೆಯಾಯಿತು. ಕಾರಣ, ಆ ಚೀಸ್ ಸ್ಟೇಷನ್ ಖಾಲಿಯಗಿತ್ತು. ಯಾರೋ ಈಗಾಗಲೇ ಅಲ್ಲಿ ಬಂದು ಹೋಗಿದ್ದರು. ಮತ್ತು ಚೀಸ್‌ನ ಕೆಲವು ತುಣುಕುಗಳನ್ನು ಮಾತ್ರ ಬಿಟ್ಟಿದ್ದರು.

ಅವನು ಮುಂಚೆಯೇ ಇಲ್ಲಿಗೆ ಬಂದಿದ್ದರೆ, ಇಲ್ಲಿ ಸಾಕಷ್ಟು ಹೊಸ ಚೀಸ್ ಸಿಗುತ್ತಿತ್ತು ಎಂದು ಅವನಿಗೆ ಅರಿವಾಯಿತು.

ಹೆಮ್ ಸಹ ತನ್ನೊಂದಿಗೆ ಬರಲು ಸಿದ್ಧನಾಗಿದ್ದಾನೆಯೇ ಎಂದು ನೋಡಲು ಹಾ ಹಿಂತಿರುಗಲು ನಿರ್ಧರಿಸಿದನು. ಅವನು ಹಿಂದಿರುಗಲು ತನ್ನ ಹೆಜ್ಜೆಗಳನ್ನು ಹಿಂದಕ್ಕೆ ಇಡುತ್ತಿದ್ದಂತೆ, ಹೆಜ್ಜೆಗಳನ್ನು ನಿಲ್ಲಿಸಿ ಗೋಡೆಯ ಮೇಲೆ ಬರೆದನು:

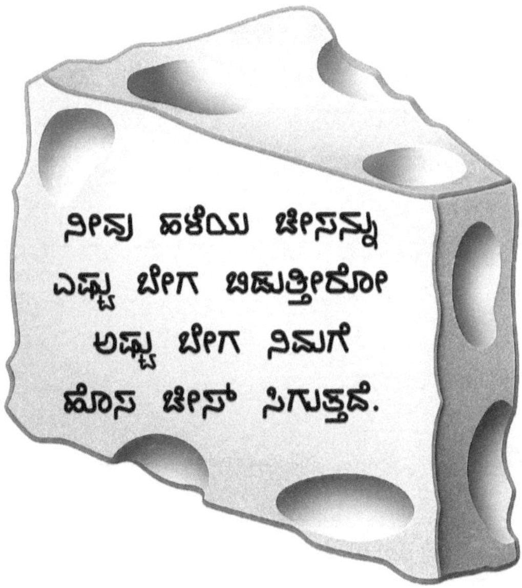

ಸ್ವಲ್ಪ ಸಮಯದಲ್ಲಿ ಹಾ ಚೀಸ್ ಸ್ಟೇಷನ್ ಸಿ ಗೆ ಹಿಂತಿರುಗಿ ಹೆಮ್‌ನನ್ನು ಭೇಟಿಯಾಗಿ, ಅವನಿಗೆ ಹೊಸ ಚೀಸ್‌ನ ತುಂಡುಗಳನ್ನು ನೀಡಿದನು, ಆದರೆ ಅವನು ಅವುಗಳನ್ನು ತೆಗೆದುಕೊಳ್ಳಲಿಲ್ಲ.

ಹೆಮ್ ತನ್ನ ಸ್ನೇಹಿತ ತನಗಾಗಿ ಚೀಸ್ ತಂದಿದ್ದನ್ನು ಮೆಚ್ಚಿಕೊಂಡನು. ಆದರೆ, "ನನಗೆ ಹೊಸ ಚೀಸ್ ಬೇಕಿಲ್ಲ. ಅವು ನನಗೆ ಇಷ್ಟವಾದ ಚೀಸ್ ಇರಲಿಕ್ಕಿಲ್ಲ. ನನ್ನ ಇಷ್ಟದ ಚೀಸೇ ನನಗೆ ಬೇಕು, ಅದು ಸಿಗಲಿಲ್ಲ ಎಂದು ನಾನು ಬದಲಾಗುವುದಿಲ್ಲ."

ಹಾ ನಿರಾಶೆಯಿಂದ ತಲೆ ಅಲ್ಲಾಡಿಸಿ ಇಷ್ಟವಿಲ್ಲದೆ ತಾನೊಬ್ಬನೇ ಹಿಂತಿರುಗಿದನು. ಅವನು ಮೇಜ್‌ನಲ್ಲಿ ತಾನೆಷ್ಟು ದೂರ ಹೋಗಿದ್ದನೋ ಮತ್ತೇ ಅಲ್ಲಿಗೇ ಹೋದನು. ಹಾ ನಿಗೆ ತನ್ನ ಸ್ನೇಹಿತ ತುಂಬಾ ನೆನಪಾಗುತ್ತಿದ್ದ. ಆದರೆ ತಾನು ಇಷ್ಟಪಟ್ಟಿದ್ದನ್ನು ಮಾಡುತ್ತಿದ್ದೇನೆಂದು ತನ್ನನ್ನು ತಾನೇ ಸಮಾಧಾನಿಸಿಕೊಂಡನು. ಹೊಸ ಚೀಸ್‌ನ ದೊಡ್ಡ ಸಂಗ್ರಹ ತನಗೆ ಸಿಗಬಹುದು ಎಂದು ಅವನು ಆಶಿಸಿದ್ದನು.

ಅದು ಸಿಗುವ ಮೊದಲೇ, ಅದು ಏನಾದರು ಸಿಗುವುದಿದ್ದರೆ, ಕೇವಲ ಹೊಸದಾಗಿ ಸಿಗುವ ಚೀಸನ್ನು ತಿನ್ನಲು ಸಿಗುತ್ತದೆ ಎಂಬ ಕಾರಣದಿಂದ ತನಗೆ ಸಂತೋಷವಾಗುತ್ತಿಲ್ಲ. ತನ್ನ ಸಂತೋಷಕ್ಕೆ ಬೇರೆಯೇ ಕಾರಣವಿದೆ ಎಂದು ಅವನಿಗೆ ತಿಳಿದಿತ್ತು.

ತಾನು ನಿರ್ಭೀತನಾಗಿ ಮುನ್ನಡೆಯುತ್ತಿರುವುದು ಅವನಿಗೆ ಸಂತೋಷವನ್ನುಂಟು ಮಾಡಿತ್ತು. ಹಾಗೂ ತಾನು ಹೀಗೆ ಮುನ್ನಡೆಯುತ್ತಿರುವುದು ಅವನಿಗೆ ತುಂಬಾ ಇಷ್ಟವಾಯಿತು.

ಈಗ, ಹಾ ಚೀಸ್ ಸ್ಟೇಷನ್ ಸಿ ಯಲ್ಲಿ ಚೀಸ್ ಇಲ್ಲದೆ ಇದ್ದಾಗ ಎಷ್ಟು ನಿಶ್ಯಕ್ತನಾಗಿದ್ದನೋ ಅಷ್ಟು ನಿಶ್ಯಕ್ತನಾಗಿರಲಿಲ್ಲ. ಈಗ ಅವನನ್ನು ಅವನ ಭಯ ತಡೆಯುತ್ತಿಲ್ಲ. ಅವನು ಹೊಸ ದಿಕ್ಕಿನಲ್ಲಿ ಸಾಗುತ್ತಿದ್ದಾನೆ,

ಆ ತೃಪ್ತಿ ಅವನಿಗೆ ಶಕ್ತಿ ತುಂಬಿ ಪ್ರೋತ್ಸಾಹಿಸುತ್ತಿದೆ ಎಂದು ಅವನಿಗೆ ಅರ್ಥವಾಗಿತ್ತು.

ಈಗ ಅವನಿಗೆ ಬೇಕಾಗಿರುವುದನ್ನು ಪಡೆದುಕೊಳ್ಳುವುದು ಯಾವುದೇ ಸಮಯದಲ್ಲಾದರೂ ಸಾಧ್ಯವಾಗಬಹುದು ಎಂದು ಅವನಿಗೆ ಅನ್ನಿಸಿತು. ಒಂದು ಅರ್ಥದಲ್ಲಿ, ಅವನು ಹುಡುಕುತ್ತಿರುವುದನ್ನು ಈಗಾಗಲೇ ಪಡೆದುಕೊಂಡಿದ್ದಾನೆ ಎಂದು ಅವನಿಗೆ ಅನ್ನಿಸಿತು.
ಅದು ಅವನಿಗೆ ಅರ್ಥವಾದಾಗ ಮುಗುಳ್ನಕ್ಕನು:

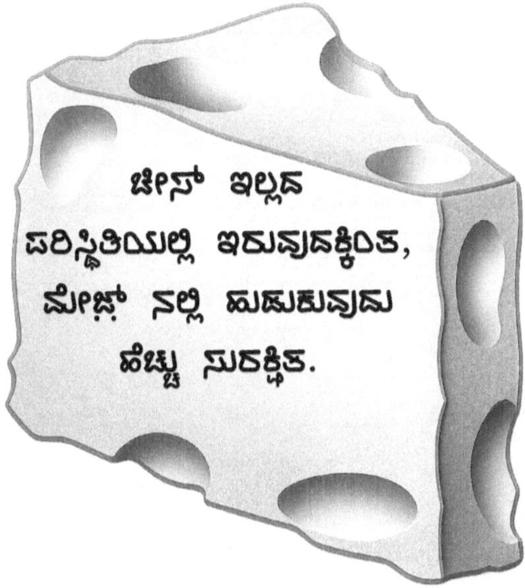

ಈಗಾಗಲೇ ಅವನು ಅರ್ಥ ಮಾಡಿಕೊಂಡಂತೆ, ನಾವು ಭಯಪಡುವ ವಿಷಯವು ನಾವು ಊಹಿಸುವಷ್ಟು ಕೆಟ್ಟದ್ದಾಗಿರುವುದಿಲ್ಲ ಎನ್ನುವ ವಿಷಯ ಹಾ ನಿಗೆ ಮತ್ತೊಮ್ಮೆ ಅರಿವಾಯಿತು. ನಮ್ಮ ಮನಸ್ಸಿನಲ್ಲಿ ನಾವು ಬೆಳೆಸಿಕೊಳ್ಳುವ ಭಯವು ಇರುವ ಪರಿಸ್ಥಿತಿಗಿಂತ ಕೆಟ್ಟದ್ದಾಗಿರುತ್ತದೆ.

ಈ ಹಿಂದೆ ಹೊಸ ಚೀಸ್ ತನಗೆ ಸಿಗದೇ ಇರಬಹುದು ಎನ್ನುವ ಭಯವು ಅವನನ್ನು ಚೀಸನ್ನು ಹುಡುಕಲು ಪ್ರಾರಂಭಿಸುವುದನ್ನೂ ಸಹ ತಡೆದಿತ್ತು. ಆದರೆ ತಾನು ಚೀಸ್ ಹುಡುಕುವ ಪ್ರಯಾಣವನ್ನು ಪ್ರಾರಂಭಿಸಿದಾಗಿನಿಂದ, ಮೊಗಸಾಲೆಗಳಲ್ಲಿ ಸಾಕಷ್ಟು ಚೀಸ್ ಸಿಕ್ಕಿದ್ದು ಅವನು ತನ್ನ ಹುಡುಕಾಟವನ್ನು ಮುಂದುವರೆಸುವಂತೆ ಪ್ರೇರೇಪಿಸಿತ್ತು. ಈಗ ಅವನು ಇನ್ನೂ ಹೆಚ್ಚು ಚೀಸ್ ಸಿಗುವ ಭರವಸೆಯಲ್ಲಿದ್ದ. ಹುಡುಕುವುದು ಇನ್ನೂ ರೋಮಾಂಚನಕಾರಿ ಎನಿಸುತ್ತಿತ್ತು.

ಈ ಹಿಂದೆ ಅವನ ಯೋಚನೆಯು ಚಿಂತೆ ಮತ್ತು ಭಯಗಳಿಂದ ಮರೆಮಾಚಿಹೋಗಿತ್ತು. ಸಾಕಷ್ಟು ಚೀಸ್ ಸಿಗದೇ ಹೋಗಬಹುದು, ಅಥವಾ, ಸಿಕ್ಕರೂ ತನಗೆ ಬೇಕಾದಷ್ಟು ದಿನ ತಿನ್ನುವಷ್ಟು ಸಂಗ್ರಹ ಇಲ್ಲದೇ ಹೋಗಬಹುದು ಎನ್ನುವುದು ಅವನ ಚಿಂತೆ ಮತ್ತು ಭಯಗಳಾಗಿದ್ದವು. ಅವನು ಏನು ಒಳ್ಳೆಯದಾಗಬಹುದು ಎನ್ನುವುದಕ್ಕಿಂತ ಹೆಚ್ಚಾಗಿ ಏನು ಕೆಟ್ಟದಾಗಬಹುದು ಎಂದು ಯೋಚಿಸುತ್ತಿದ್ದನು.

ಆದರೆ ಅವನು ಚೀಸ್ ಸ್ಟೇಷನ್ ಸಿ ತೊರೆದ ನಂತರ ಅದು ಬದಲಾಗಿತ್ತು.

ಚೀಸನ್ನು ಎಂದಿಗೂ ಸ್ಥಳಾಂತರಿಸಬಾರದು ಮತ್ತು ಬದಲಾವಣೆ ಸರಿಯಲ್ಲ ಎಂದು ಅವನು ನಂಬುತ್ತಿದ್ದನು.

ನೀವು ನಿರೀಕ್ಷಿಸಿದರೂ, ನಿರೀಕ್ಷಿಸದಿದ್ದರೂ, ಬದಲಾವಣೆ ನಿರಂತರವಾಗಿ ಸಂಭವಿಸುವುದು ಸಹಜ ಎಂದು ಈಗ ಅವನಿಗೆ ಅರಿವಾಯಿತು. ನೀವು ನಿರೀಕ್ಷಿಸದಿದ್ದರೆ ಮತ್ತು ಎದುರು ನೋಡದಿದ್ದರೆ ಮಾತ್ರ ಬದಲಾವಣೆಯಿಂದ ನಿಮಗೆ ಆಶ್ಚರ್ಯವಾಗಬಹುದು.

ಅವನಿಗೆ ತನ್ನ ಈ ಹಿಂದಿನ ನಂಬಿಕೆ ಬದಲಾಗಿದೆ ಎಂದು ಅನಿಸಿದಾಗ, ಅವನು ಗೋಡೆಯ ಮೇಲೆ ಬರೆಯಲು ನಿಂತನು:

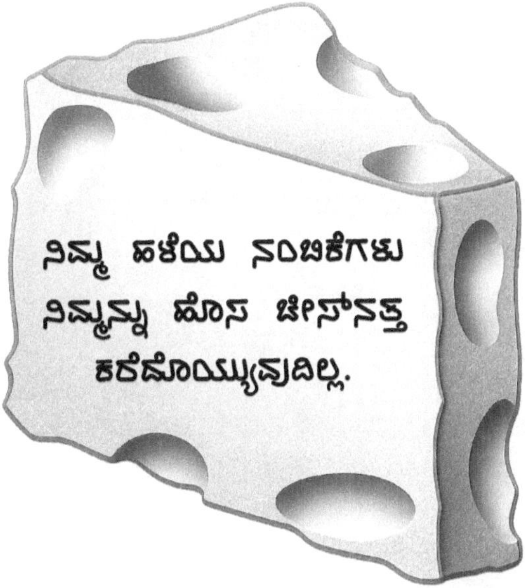

ಹಾ ನಿಗೆ ಇನ್ನೂ ಚೀಸ್ ಸಿಕ್ಕಿರಲಿಲ್ಲ. ಅವನು ಮೇಜ್ ಮೂಲಕ ಓಡುತ್ತಿದ್ದಂತೆ, ಅವನು ತಾನು ಇತ್ತೀಚೆಗೆ ಕಲಿತದ್ದನ್ನು ಯೋಚಿಸಿದನು.

ಈಗ ತನ್ನ ಹೊಸ ನಂಬಿಕೆಗಳು ಹೊಸ ನಡವಳಿಕೆಗಳನ್ನು ಪ್ರೋತ್ಸಾಹಿಸುತ್ತಿವೆ ಎಂದು ಹಾ ನಿಗೆ ಮನವರಿಕೆಯಾಯಿತು. ಅವನು ಈ ಹಿಂದೆ ಚೀಸ್ ರಹಿತ ಸ್ಟೇಷನ್ನಿಗೆ ಹೋಗುತ್ತಿದ್ದಾಗ ವರ್ತಿಸುತ್ತಿದ್ದಕ್ಕಿಂತ ಭಿನ್ನವಾಗಿ ಈಗ ವರ್ತಿಸುತ್ತಿದ್ದನು.

ನಿಮ್ಮ ನಂಬಿಕೆ ಬದಲಾದಾಗ, ನೀವು ಏನು ಈ ಮುಂಚೆ ಮಾಡುತ್ತಿದ್ದಿರೋ ಅದೂ ಬದಲಾಗುತ್ತದೆ ಎಂದು ಅವನಿಗೆ ಈಗ ತಿಳಿದಿತ್ತು.

ಬದಲಾವಣೆಯಿಂದ ನಿಮಗೆ ಹಾನಿ ಉಂಟಾಗುತ್ತದೆ ಎಂದು ನಂಬಿ ನೀವು ಬದಲಾವಣೆಯನ್ನು ವಿರೋಧಿಸಬಹುದು. ಅಥವಾ ಹೊಸ ಚೀಸ್ ಹುಡುಕಿಕೊಳ್ಳುವುದು ಬದಲಾವಣೆಯನ್ನು ಒಪ್ಪಿಕೊಳ್ಳಲು ಸಹಕಾ-ರಿಯಾಗುತ್ತದೆ ಎಂದು ನೀವು ನಂಬಬಹುದು.

ಇದೆಲ್ಲವೂ ನೀವು ನಂಬಲು ಏನನ್ನು ಆಯ್ಕೆ ಮಾಡಿಕೊಳ್ಳುತ್ತೀರೋ ಅದನ್ನು ಅವಲಂಬಿಸಿರುತ್ತದೆ.

ಅವನು ಗೋಡೆಯ ಮೇಲೆ ಹೀಗೆ ಬರೆಯುತ್ತಾನೆ:

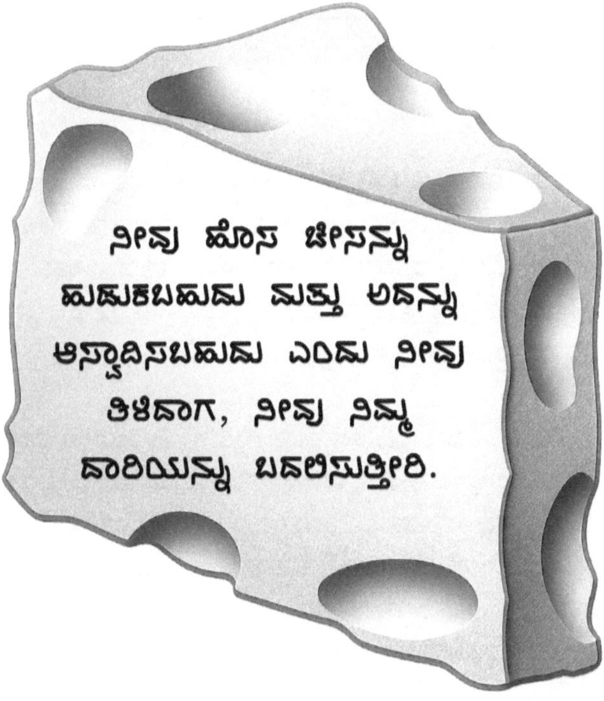
ನೀವು ಹೊಸ ಚೀಸನ್ನು
ಹುಡುಕಬಹುದು ಮತ್ತು ಅದನ್ನು
ಆಸ್ವಾದಿಸಬಹುದು ಎಂದು ನೀವು
ತಿಳಿದಾಗ, ನೀವು ನಿಮ್ಮ
ದಾರಿಯನ್ನು ಬದಲಿಸುತ್ತೀರಿ.

ಹಾ ನಿಗೆ ಈ ಬದಲಾವಣೆಯನ್ನು ಬೇಗ ಒಪ್ಪಿಕೊಂಡಿದ್ದರೆ ಮತ್ತು ಚೀಸ್ ಸ್ಟೇಷನ್ ಸಿ ಯಿಂದ ಈ ಮೊದಲೇ ಹೊರಬಂದಿದ್ದರೆ ಈಗ ಉತ್ತಮ ಸ್ಥಿತಿಯಲ್ಲಿರುತ್ತಿದ್ದೆ ಎಂದು ತಿಳಿದಿತ್ತು. ಆಗ ಅವನು ದೈಹಿಕವಾಗಿ ಮತ್ತು ಮಾನಸಿಕವಾಗಿ ಇನ್ನೂ ಸಶಕ್ತನಾಗಿರುತ್ತಿದ್ದ ಮತ್ತು ಹೊಸ ಚೀಸನ್ನು ಹುಡುಕುವ ಸವಾಲನ್ನು ಅವನು ಉತ್ತಮವಾಗಿ ನಿಭಾಯಿಸಬಹುದಿತ್ತು. ವಾಸ್ತವವಾಗಿ, ಬದಲಾವಣೆ ಈಗಾಗಲೇ ಸಂಭವಿಸಿರುವುದರಿಂದ ಅದನ್ನು ಒಪ್ಪಿಕೊಳ್ಳದೇ ಸಮಯವನ್ನು ವ್ಯರ್ಥ ಮಾಡುವ ಬದಲು, ಬದಲಾವಣೆಯನ್ನು ನಿರೀಕ್ಷಿಸಿದ್ದಲ್ಲಿ ಇಷ್ಟು ಹೊತ್ತಿಗೆ ಚೀಸನ್ನು ಹುಡುಕಿಕೊಂಡು ಬಿಡಬಹುದಿತ್ತು.

ಅವನು ಹೊಸ ಚೀಸನ್ನು ಹುಡುಕಿಕೊಂಡು ಆಸ್ವಾದಿಸುತ್ತಿರುವುದನ್ನು ಮತ್ತೆ ಕಲ್ಪಿಸಿಕೊಂಡನು. ಆ ಕಲ್ಪನೆ ಅವನನ್ನು ಮೇಝ್‌ನ ಪರಿಚಿತವಿರದ ಭಾಗಗಳಿಗೆ ಹೋಗಿ ಹುಡುಕಲು ನಿರ್ಧರಿಸಲು ಪ್ರೇರೇಪಿಸಿತು. ಅವನಿಗೆ ಅಲ್ಲಲ್ಲಿ ಚೀಸಿನ ಸಣ್ಣ ಸಣ್ಣ ತುಂಡುಗಳು ದೊರಕಿದವು. ಹಾ ನಿಗೆ ತನ್ನ ಚೈತನ್ಯ ಮತ್ತು ಆತ್ಮವಿಶ್ವಾಸ ಮರಳಿ ಬಂದಂತೆ ಅನ್ನಿಸಿತು.

ತಾನು ಎಲ್ಲಿಂದ ಬಂದಿದ್ದೇನೆಂದು ಗುರುತು ಹಿಡಿಯಲು ದಾರಿಯಲ್ಲಿ ಬರುತ್ತಾ, ಅಲ್ಲಲ್ಲಿ ಅನೇಕ ಸ್ಥಳಗಳಲ್ಲಿ ಗೋಡೆಯ ಮೇಲೆ ಬರೆಯುತ್ತಾ ಬಂದಿದ್ದು ಸಹಾಯವಾಯಿತೆಂದು ಹಾ ನಿಗೆ ಸಂತೋಷವಾಯಿತು. ಒಂದು ವೇಳೆ ಹೆಮ್ ಚೀಸ್ ಸ್ಟೇಷನ್ ಸಿ ಯಿಂದ ಹೊರಬರಲು ನಿರ್ಧರಿಸಿದರೆ ಅವನು ಮೇಝ್ ಮೂಲಕ ಇಲ್ಲಿ ತಲುಪಲು ಈ ಗೋಡೆ ಬರಹಗಳು ಮಾರ್ಗಸೂಚಿಗಳಾಗಿ ಕಾರ್ಯನಿರ್ವಹಿಸುತ್ತವೆ ಎಂದು ಅವನಿಗೆ ಖುಷಿಯಾಯಿತು.

ತಾನು ಸರಿಯಾದ ದಿಕ್ಕಿನಲ್ಲಿ ಹೋಗುತ್ತಿದ್ದೇನೆ ಎಂದು ಹಾ ಭರವಸೆ ಇಡಲು ಬಯಸಿದನು. ಹೆಮ್ ಗೋಡೆ ಬರಹಗಳನ್ನು ಓದಿ ಇಲ್ಲಿಗೆ ಬರುವ ದಾರಿ ಕಂಡುಕೊಳ್ಳಬಹುದೆಂದು ಹಾ ಯೋಚಿಸಿದನು.

ಸ್ವಲ್ಪ ಸಮಯದಿಂದ ಅವನು ಯೋಚಿಸುತ್ತಿದ್ದುದನ್ನು ಗೋಡೆಯ ಮೇಲೆ ಬರೆದನು:

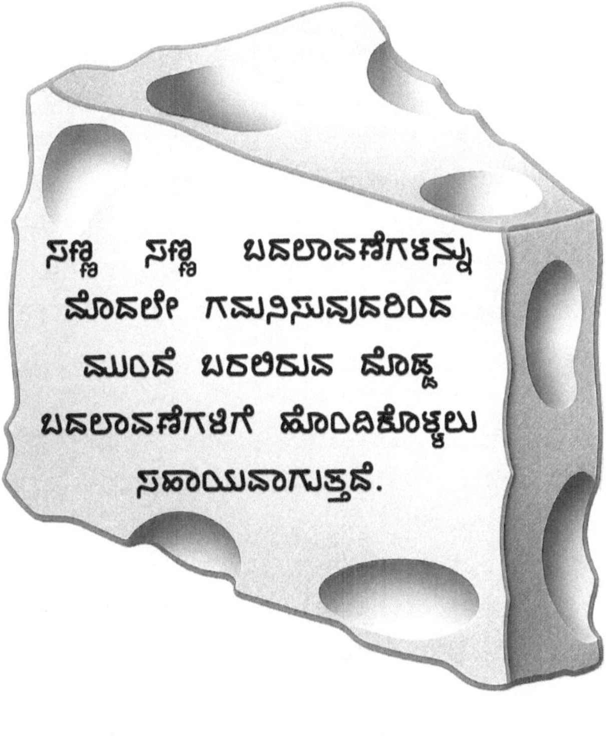

ಈಗ, ಹಾ ಭೂತಕಾಲವನ್ನು ಬಿಟ್ಟು ವರ್ತಮಾನಕ್ಕೆ ಹೊಂದಿಕೊಳ್ಳುತ್ತಿದ್ದ. ಅವನು ಈಗ ಹೆಚ್ಚು ಚೈತನ್ಯ ಮತ್ತು ವೇಗದೊಂದಿಗೆ ಮೇಜ಼್‌ನಲ್ಲಿ ಮುಂದುವರೆದನು. ಸ್ವಲ್ಪ ಸಮಯದಲ್ಲಿಯೇ, ಅವನು ಅಂದುಕೊಂಡಂತೆಯೇ ಆಯಿತು. ಅವನು ಶಾಶ್ವತವಾಗಿ ಮೇಜ಼್‌ನಲ್ಲಿ ಇದ್ದಂತೆ ಅನ್ನಿಸಿದಾಗ, ಅವನ ಈ ಪ್ರಯಾಣ, ಅಥವಾ ಕನಿಷ್ಠ ಅವನ ಪ್ರಯಾಣದ ಈ ಭಾಗ, ಬೇಗನೇ ಸಂತೋಷಕರವಾಗಿ ಕೊನೆಗೊಂಡಿತು.

ಹಾ ತನಗೆ ಹೊಸದಾಗಿದ್ದ ಮೊಗಸಾಲೆಯಲ್ಲಿ ಓಡುತ್ತಾ ಮುಂದುವರೆದು, ಒಂದು ಮೂಲೆಯನ್ನು ತಲುಪಿ, ಚೀಸ್ ಸ್ಟೇಷನ್ ಎನ್ ನಲ್ಲಿ ಹೊಸ ಚೀಸನ್ನು ಕಂಡುಹಿಡಿದನು! ಒಳಗೆ ಹೋದಾಗ, ಅಲ್ಲಿನ ದೃಶ್ಯವನ್ನು ಕಂಡು ದಿಗ್ಭ್ರಾಂತನಾದನು. ನೋಡಿದಲ್ಲೆಲ್ಲ ಕೇವಲ ಚೀಸ್! ಅವನು ಹಿಂದೆಂದೂ ಇಷ್ಟೊಂದು ಚೀಸ್ ಸಂಗ್ರಹ ನೋಡಿರಲಿಲ್ಲ. ಹಲವಾರು ವಿಧಗಳ ಚೀಸ್, ಕೆಲವು ವಿಧಗಳು ಅವನಿಗೆ ಹೊಸದಾಗಿರುವುದರಿಂದ ಅವನ್ನು ಚೀಸ್‌ನ ವಿಧಗಳೆಂದು ಅವನು ಗುರುತಿಸಲೂ ಇಲ್ಲ.

ಅಲ್ಲಿ ಅವನು ತನ್ನ ಹಳೆಯ ಸ್ನೇಹಿತರಾದ ಸ್ನಿಫ್ ಮತ್ತು ಸ್ಕರ್ರಿಯನ್ನು ನೋಡುವವರೆಗೂ ಅದು ನಿಜವೋ ಅಥವಾ ಅವನ ಕಲ್ಪನೆಯೋ ಎಂದು ದಿಗ್ಭ್ರಾಂತನಾಗಿಯೇ ಇದ್ದನು. ಸ್ನಿಫ್ ಹಾ ನನ್ನು ನೋಡಿ ಸ್ವಾಗತಿಸಿ ಬಾ ಎನ್ನುವಂತೆ ತಲೆಯಾಡಿಸಿತು. ಸ್ಕರ್ರಿ ಹಾಯ್ ಎನ್ನುವಂತೆ ಕೈ ಆಡಿಸಿತು. ಅವರ ಕೊಬ್ಬಿ ದಪ್ಪವಾದ ಪುಟ್ಟ ಹೊಟ್ಟೆಗಳು ಅವರು ಕೆಲ ಸಮಯದಿಂದ ಇಲ್ಲಿಯೇ ಇದ್ದರೆಂದು ತೋರಿಸಿದವು.

ಅವನ್ನು ಕಂಡೊಡನೆ ಹಾ ಶುಭಾಶಯ ಹೇಳಿ, ಕೂಡಲೇ ತನ್ನ ಇಷ್ಟದ ಚೀಸ್‌ಗಳಲ್ಲಿ ಪ್ರತಿಯೊಂದನ್ನೂ ತಿಂದು ರುಚಿ ನೋಡತೊಡಗಿದನು. ಅವನು ತನ್ನ ಶೂಗಳನ್ನು ತೆಗೆದು, ಲೇಸುಗಳನ್ನು ಒಂದಕ್ಕೊಂದು ಗಂಟು ಹಾಕಿ, ಮತ್ತೆ ಬೇಕಾದಾಗ ಕೈಗೆ ಸಿಗಲೆಂದು ಅವನ್ನು ತನ್ನ ಕುತ್ತಿಗೆಗೆ ನೇತು ಹಾಕಿಕೊಂಡನು.

ಸ್ನಿಫ್ ಮತ್ತು ಸ್ಕರ್ರಿ ನಕ್ಕು ಮೆಚ್ಚುಗೆಯಿಂದ ತಲೆಯಾಡಿಸಿದವು.

ನಂತರ ಹಾ ಹೊಸ ಚೀಸಿಗೆ ಕೈ ಹಾಕಿದನು. ತನ್ನ ಹೊಟ್ಟೆ ತುಂಬಿದ ನಂತರ, ಅವನು ತಾಜಾ ಚೀಸ್ ತುಂಡನ್ನು ಎತ್ತಿ "ಬದಲಾವಣೆಗೆ ಜೈ!" ಎಂದು ಕೂಗಿದನು.

ಹಾ ಹೊಸ ಚೀಸನ್ನು ಆಸ್ವಾದಿಸುತ್ತಿದ್ದಂತೆ, ತಾನು ಇತ್ತೀಚೆಗೆ ಕಲಿತದ್ದನ್ನು ಅವಲೋಕಿಸಿದನು. ತಾನು ಬದಲಾವಣೆಯನ್ನು ಒಪ್ಪಿಕೊಳ್ಳಲು ಹೆದರಿ, ಮುಗಿದು ಹೋದ, ಮತ್ತೆಂದೂ ದೊರೆಯದ ಹಳೆಯ ಚೀಸ್ ಮತ್ತೆ ದೊರೆಯುವುದು ಎನ್ನುವ ಭ್ರಮೆಯನ್ನು ತಲೆಯಲ್ಲಿ ಇಟ್ಟುಕೊಂಡಿದ್ದೆ ಎಂದು ತಿಳಿದುಕೊಂಡನು.

ಹಾಗಾದರೆ ತನ್ನನ್ನು ಬದಲಾಯಿಸುವಂತೆ ಮಾಡಿದ್ದು ಏನು? ಹಸಿವಿನಿಂದ ಸಾಯುವ ಭಯವೇ? ಹೌದು, ಅದು ಖಂಡಿತವಾಗಿಯೂ ಸಹಾಯ ಮಾಡಿತು ಎಂದು ಯೋಚಿಸಿ ಹಾ ಮುಗುಳ್ನಕ್ಕನು.

ಅವನು ಮತ್ತೆ ನಕ್ಕನು, ತಾನು ಏನು ತಪ್ಪು ಮಾಡುತ್ತಿದ್ದೇನೆಂದು ತಿಳಿದು, ತನ್ನ ನಡವಳಿಕೆಗಾಗಿ ತನ್ನ ಮೇಲೆ ತಾನೇ ನಗಲು ಕಲಿತ ತಕ್ಷಣ ತಾನು ಬದಲಾಗಲು ಪ್ರಾರಂಭಿಸಿದೆನೆಂದು ಅರಿತುಕೊಂಡನು. ವೇಗವಾಗಿ ಬದಲಾಗುವ ಮಾರ್ಗವೆಂದರೆ ನಿಮ್ಮ ಸ್ವಂತ ಮೂರ್ಖತನವನ್ನು ನೋಡಿ ನಗುವುದು, ಅದನ್ನು ಅಲ್ಲಿಗೇ ಬಿಟ್ಟು ಮುಂದುವರಿಯುವುದು ಎಂದು ಅವನು ಅರ್ಥ ಮಾಡಿಕೊಂಡನು.

ತನ್ನ ಸ್ನೇಹಿತ ಇಲಿಗಳು ಸ್ನಿಫ್ ಮತ್ತು ಸ್ಕರ್ರಿಗಳಿಂದ ತಾನು ಜೀವನದ ಬಗ್ಗೆ ಬಹಳ ಉಪಯುಕ್ತವಾದದ್ದನ್ನು ಕಲಿತಿದ್ದೇನೆಂದು ಅವನಿಗೆ ಅನ್ನಿಸಿತು. ಅವುಗಳ ಜೀವನ ತುಂಬಾ ಸರಳವಾಗಿತ್ತು. ಅವು ವಿಷಯಗಳನ್ನು ಅತಿಯಾಗಿ ವಿಶ್ಲೇಷಿಸಲಿಲ್ಲ ಅಥವಾ ಅತಿಯಾಗಿ ಜಟಿಲಗೊಳಿಸಲಿಲ್ಲ. ಪರಿಸ್ಥಿತಿ ಬದಲಾದಾಗ ಮತ್ತು ಚೀಸ್ ಸ್ಥಳಾಂತರಗೊಂಡಾಗ, ಅವೂ ಬದಲಾದವು ಮತ್ತು ಚೀಸ್ ಹುಡುಕಿಕೊಂಡು ಸ್ಥಳಾಂತರಗೊಂಡವು.

ಅದನ್ನು ಅವನು ನೆನಪಿಸಿಕೊಳ್ಳುತ್ತಿದ್ದನು.

ಇಲಿಗಳಿಗಿಂತ ಹೆಚ್ಚು ಉತ್ತಮವಾಗಿ ಪುಟ್ಟ ಮನುಷ್ಯರು ಮಾಡುವಂತೆ ಹಾ ತನ್ನ ಪುಟ್ಟ ಮೆದುಳನ್ನು ಸಹ ಉಪಯೋಗಿಸಿದ್ದನು.

ಅವನು ವಾಸ್ತವಿಕ ವಿವರಗಳೊಂದಿಗೆ ತಾನು ಇನ್ನೂ ಉತ್ತಮವಾದುದನ್ನು ಕಂಡುಕೊಳ್ಳುತ್ತಿರುವಂತೆ ತನ್ನನ್ನು ತಾನು ಕಲ್ಪಿಸಿಕೊಂಡನು.

ಅವನು ತಾನು ಈ ಹಿಂದೆ ಮಾಡಿದ ತಪ್ಪುಗಳನ್ನು ಅವಲೋಕಿಸಿ, ಅವುಗಳನ್ನು ತನ್ನ ಮುಂದಿನ ಯೋಜನೆಗಳನ್ನು ರೂಪಿಸಲು ಬಳಸಿದನು. ಬದಲಾವಣೆಯನ್ನು ಎದುರಿಸಲು ಕಲಿಯುವುದು ಸಾಧ್ಯ ಎಂದು ಈಗ ಅವನಿಗೆ ತಿಳಿದಿತ್ತು.

ವಿಷಯಗಳನ್ನು ಸರಳವಾಗಿಡುವ, ಹೊಂದಿಕೊಳ್ಳುವ ಮತ್ತು ತ್ವರಿತವಾಗಿ ಮುಂದುವರಿಯುವ ಅಗತ್ಯತೆಯ ಬಗ್ಗೆ ನೀವು ಹೆಚ್ಚು ಜಾಗೃತರಾಗಿರಬೇಕು.

ವಿಷಯಗಳನ್ನು ಅತಿಯಾಗಿ ಜಟಿಲಗೊಳಿಸಬೇಕಾಗಿಲ್ಲ, ಅಥವಾ ಭಯ ಹುಟ್ಟಿಸುವ ನಂಬಿಕೆಗಳೊಂದಿಗೆ ನಿಮ್ಮನ್ನು ನೀವು ಗೊಂದಲಗೊಳಿಸಬೇಕಾಗಿಲ್ಲ.

ಸಣ್ಣ ಬದಲಾವಣೆಗಳು ಪ್ರಾರಂಭವಾದಾಗ ನೀವು ಸೂಕ್ಷ್ಮವಾಗಿ ಗಮನಿಸಿದಲ್ಲಿ, ಮುಂದೆ ಬರಬಹುದಾದ ದೊಡ್ಡ ಬದಲಾವಣೆಗೆ ಚೆನ್ನಾಗಿ ಸಿಧ್ಧರಾಗಿರಬಹುದು.

ತಾನು ಬೇಗನೆ ಹೊಂದಿಕೊಳ್ಳುವ ಅವಶ್ಯಕತೆ ಇದೆ ಎಂದು ಅವನಿಗೆ ತಿಳಿದಿತ್ತು. ಏಕೆಂದರೆ ನೀವು ಸಮಯಕ್ಕೆ ಸರಿಯಾಗಿ ಹೊಂದಿಕೊಳ್ಳದಿದ್ದರೆ, ನೀವು ಎಂದಿಗೂ ಹೊಂದಿಕೊಳ್ಳದೇ ಇರಬಹುದು.

ಬದಲಾವಣೆಗೆ ದೊಡ್ಡ ಪ್ರತಿರೋಧವು ನಿಮ್ಮೊಳಗೆ ಇರುತ್ತದೆ

ಮತ್ತು ನೀವು ಬದಲಾಗುವವರೆಗೆ ಯಾವುದೂ ಸರಿಯಾಗುವುದಿಲ್ಲ ಎನ್ನುವುದನ್ನು ಅವನು ಒಪ್ಪಿಕೊಳ್ಳಬೇಕಾಯಿತು.

ಬಹುಶಃ ಅತೀ ಮುಖ್ಯವಾಗಿ, ಆ ಸಮಯದಲ್ಲಿ ನಾವು ಅದನ್ನು ಗುರುತಿಸುತ್ತೇವೋ ಇಲ್ಲವೋ, ಹೊಸ ಚೀಸ್ ಯಾವಾಗಲೂ ಇದ್ದೇ ಇರುತ್ತದೆ ಎನ್ನುವುದನ್ನು ಅವನು ಅರಿತುಕೊಂಡನು. ನಾವು ನಮ್ಮ ಭಯವನ್ನು ದಾಟಿ ಮುನ್ನಡೆಯುವ ಸಾಹಸವನ್ನು ಮಾಡಿದಾಗ ಮಾತ್ರ ನಮಗೆ ಪ್ರತಿಫಲ ಸಿಗುತ್ತದೆ.

ಕೆಲವೊಂದು ರೀತಿಯ ಭಯವನ್ನು ಗೌರವಿಸಬೇಕು, ಏಕೆಂದರೆ ಅದು ನಮ್ಮನ್ನು ನಿಜವಾದ ಅಪಾಯದಿಂದ ದೂರವಿಡುತ್ತದೆ ಎಂಬುದು ಅವನಿಗೆ ತಿಳಿದಿತ್ತು. ಆದರೆ, ಅವನು ಬದಲಾಗುವ ಅಗತ್ಯವಿದ್ದಾಗ ಬದಲಾಗದಂತೆ ತಡೆದ ತನ್ನ ಭಯ ಅಸಂಬದ್ಧವೆಂದು ಅವನು ಅರಿತುಕೊಂಡನು.

ಆ ಸಮಯದಲ್ಲಿ ಆ ಬದಲಾವಣೆ ಅವನಿಗೆ ಇಷ್ಟವಾಗಿರಲಿಲ್ಲ. ಆದರೆ, ಆ ಬದಲಾವಣೆಯು ಅವನಿಗೆ ಉತ್ತಮ ಚೀಸನ್ನು ಹುಡುಕಿಕೊಳ್ಳಲು ಸಿಕ್ಕ ವರದಂತೆ ಎಂದು ಅವನಿಗೆ ಈಗ ತಿಳಿದಿತ್ತು. ಇದರಿಂದ ಅವನು ತನ್ನ ಅತ್ಯುತ್ತಮ ಅಂಶವನ್ನು ಕಂಡುಕೊಂಡಿದ್ದನು.

ಹಾ ತಾನು ಕಲಿತದ್ದನ್ನು ನೆನಪಿಸಿಕೊಳ್ಳುತ್ತಾ, ತನ್ನ ಸ್ನೇಹಿತ ಹೆಮ್ ಬಗ್ಗೆ ಯೋಚಿಸಿದನು. ಚೀಸ್ ಸ್ಟೇಷನ್ ಸಿ ಮತ್ತು ಮೇಜ್‌ನ ಬೇರೆ ಬೇರೆ ಕಡೆಗಳಲ್ಲಿ ಹಾ ಬರೆದ ಗೋಡೆ ಬರಹಗಳನ್ನು ಹೆಮ್ ಓದಿರಬಹುದೇ ಎಂದು ಅವನು ಯೋಚಿಸಿದನು.

ಹೆಮ್ ಎಂದಾದರೂ ಬಿಟ್ಟುಕೊಡಲು ಮತ್ತು ಮುಂದುವರಿಯಲು ನಿರ್ಧರಿಸಿದ್ದನೇ?

ಅವನು ಎಂದಾದರೂ ಮೇಜ್ ಅನ್ನು ಪ್ರವೇಶಿಸಿದರೆ ತನ್ನ ಜೀವನ ಉತ್ತಮವಾಗಬಹುದು ಎಂದು ಅಂದುಕೊಂಡಿದ್ದನೆ?

ಅಥವಾ ತಾನು ಎಂದಿಗೂ ಬದಲಾಗಬಾರದು ಎಂದುಕೊಂಡು ಹೆಮ್ ಇನ್ನೂ ತನ್ನನ್ನು ತಾನು ಅಲ್ಲಿಯೇ ಬಂಧಿಯಾಗಿಸಿಕೊಂಡಿದ್ದನೆ?

ಹಾ, ಹೆಮ್‌ನನ್ನು ಹುಡುಕಿಕೊಂಡು ಮತ್ತೆ ಚೀಸ್ ಸ್ಟೇಷನ್ ಸಿ ಗೆ ಹೋಗಲೇ, ಮತ್ತೆ ಮರಳಿ ಇಲ್ಲಿಗೆ ಬರಲು ದಾರಿ ಗೊತ್ತಾಗಬಹುದೇ ಎಂದು ಯೋಚಿಸಿದನು. ಒಂದು ವೇಳೆ ಹೆಮ್ ತನಗೆ ಸಿಕ್ಕಿದರೆ, ಅವನಿಗೆ ತನ್ನ ಸಮಸ್ಯೆಯಿಂದ ಹೊರಬರುವುದು ಹೇಗೆ ಎಂದು ತಿಳಿಸಲು ಸಾಧ್ಯವಾಗುತ್ತದೆ ಎಂದು ಹಾ ಯೋಚಿಸಿದನು. ಆದರೆ ತನ್ನ ಸ್ನೇಹಿತನನ್ನು ಬದಲಾಯಿಸಲು ತಾನು ಈಗಾಗಲೇ ಪ್ರಯತ್ನಿಸಿದ್ದೇನೆ ಎಂದು ಹಾ ನಿಗೆ ನೆನಪಾಯಿತು.

ಹೆಮ್ ಈಗ ತಾನಿದ್ದ ಆರಾಮವಲಯ ಹಾಗೂ ಭಯಗಳನ್ನು ದಾಟಿ ತನ್ನದೇ ಆದ ದಾರಿಯನ್ನು ಕಂಡುಕೊಳ್ಳಬೇಕಿತ್ತು. ಒತ್ತಾಯಪೂರ್ವಕವಾಗಿ ಬೇರೆ ಯಾರೂ ಅವನಿಗಾಗಿ ಆ ದಾರಿಯನ್ನು ಹುಡುಕಲು ಅಥವಾ ಅವನನ್ನು ಹುಡುಕುವಂತೆ ತೊಡಗಿಸಲು ಸಾಧ್ಯವಿಲ್ಲ. ಅವನು ತನ್ನನ್ನು ತಾನು ಬದಲಾಯಿಸಿಕೊಂಡರೆ ಆಗುವ ಪ್ರಯೋಜನವನ್ನು ತಾನೇ ಹೇಗೋ ಅರ್ಥ ಮಾಡಿಕೊಳ್ಳಬೇಕಿತ್ತು.

ಹೆಮ್ ನಿಗೆ ತಾನು ಸಾಕಷ್ಟು ಮಾರ್ಗಸೂಚಿಗಳನ್ನು ಬಿಟ್ಟಿದ್ದೇನೆ, ಹೆಮ್ ಹೊರಬಂದು ಗೋಡೆಬರಹವನ್ನು ಓದಿದಲ್ಲಿ ದಾರಿಯನ್ನು ಕಂಡುಕೊಳ್ಳಬಹುದು ಎಂದು ಹಾ ಗೆ ತಿಳಿದಿತ್ತು.

ಹಾ ಹೋಗಿ ಚೀಸ್ ಸ್ಟೇಷನ್ ಎನ್ ನ ಅತಿ ದೊಡ್ಡ ಗೋಡೆಯ ಮೇಲೆ ತಾನು ಕಲಿತ ವಿಷಯಗಳ ಸಾರಾಂಶವನ್ನು ಬರೆದನು. ಅವನು ಕಲಿತ ಎಲ್ಲಾ ಕಲಿಕೆಗಳನ್ನೂ ಒಳಗೊಳ್ಳುವಂತೆ, ಸುತ್ತಲೂ ಒಂದು ದೊಡ್ಡ ಚೀಸ್ ತುಂಡಿನ ಚಿತ್ರವನ್ನು ಬರೆದನು. ತಾನು ಬರೆದ ಕಲಿಕೆಗಳನ್ನು ಓದಿ ತಾನೇ ಮುಗುಳ್ನಕ್ಕನು:

ಗೋಡೆ ಬರಹ

ಬದಲಾವಣೆ ಸಂಭವಿಸುತ್ತದೆ

ಅವರು ಚೀಸನ್ನು ಸ್ಥಳಾಂತರಿಸುತ್ತಲೇ ಇರುತ್ತಾರೆ

ಬದಲಾವಣೆಯನ್ನು ನಿರೀಕ್ಷಿಸಿ

ಚೀಸ್ ಸ್ಥಳಾಂತರವಾಗಬಹುದು, ಅದಕ್ಕೆ ಸಿದ್ಧರಾಗಿರಿ

ಬದಲಾವಣೆಯ ಮೇಲ್ವಿಚಾರಣೆ ಮಾಡಿ

ಚೀಸ್ ಹಳೆಯದಾಗುತ್ತಿರುವುದು ನಿಮಗೆ ತಿಳಿಯುವಂತೆ

ಆಗಾಗ ಅದರ ವಾಸನೆ ನೋಡುತ್ತಿರಿ

ಬದಲಾವಣೆಗೆ ಬೇಗನೇ ಹೊಂದಿಕೊಳ್ಳಿ

ನೀವು ಹಳೆಯ ಚೀಸನ್ನು ಎಷ್ಟು ಬೇಗನೆ ಬಿಡುತ್ತೀರೋ

ಅಷ್ಟು ಬೇಗ ನೀವು ಹೊಸ ಚೀಸನ್ನು ಆಸ್ವಾದಿಸಬಹುದು

ಬದಲಾಗಿ

ನೀವೂ ಚೀಸ್‌ನೊಂದಿಗೆ ಸ್ಥಳಾಂತರಗೊಳ್ಳಿ

ಬದಲಾವಣೆಯನ್ನು ಆನಂದಿಸಿ!

ಸಾಹಸವನ್ನು ಆನಂದಿಸಿ ಮತ್ತು ಹೊಸ ಚೀಸ್‌ನ

ರುಚಿಯನ್ನು ಆಸ್ವಾದಿಸಿ!

ಬೇಗನೇ ಬದಲಾಗಲು ಸಿದ್ಧರಾಗಿರಿ ಹಾಗೂ

ಮತ್ತೆ ಮತ್ತೆ ಸಂಭವಿಸುವ ಬದಲಾವಣೆಯನ್ನು

ಆನಂದಿಸಿ

ಅವರು ಚೀಸನ್ನು ಸ್ಥಳಾಂತರಿಸುತ್ತಲೇ ಇರುತ್ತಾರೆ

ಚೀಸ್ ಸ್ಟೇಷನ್ ಸಿ ಯಲ್ಲಿ ತಾನು ಹೆಮ್ ಜೊತೆ ಇದ್ದಾಗಿನಿಂದ ಈಗ ಎಷ್ಟು ದೂರ ಬಂದಿದ್ದೇನೆಂದು ಹಾ ನಿಗೆ ತಿಳಿದಿತ್ತು. ಆದರೆ ಅವನು ಮತ್ತೆ ತುಂಬಾ ಆರಾಮವಾಗಿ ಇದ್ದುಬಿಟ್ಟರೆ ಮತ್ತೆ ಅದೇ ಸ್ಥಿತಿಗೆ ಹೋಗಬಹುದು ಎಂದು ಅವನಿಗೆ ತಿಳಿದಿತ್ತು. ಆದ್ದರಿಂದ, ಪ್ರತಿದಿನ ಅಲ್ಲಿನ ಚೀಸ್‌ನ ಸ್ಥಿತಿ ಏನಿದೆ ಎಂದು ಚೀಸ್ ಸ್ಟೇಷನ್ ಎನ್ ಅನ್ನು ಪರಿಶೀಲಿಸುತ್ತಿದ್ದನು. ಅನಿರೀಕ್ಷಿತವಾಗಿ ಏನಾದರೂ ಬದಲಾವಣೆ ಆಗಿ ಅದರಿಂದ ಆಗುವ ಸಮಸ್ಯೆಗಳನ್ನು ತಪ್ಪಿಸಲು ಅವನು ಏನೆಲ್ಲ ಸಾಧ್ಯವೋ ಅದೆಲ್ಲವನ್ನೂ ಮಾಡಲು ಸಿದ್ಧನಿದ್ದನು.

ಈಗ ತನ್ನ ಬಳಿ ಚೀಸ್ ಯಥೇಚ್ಛವಾಗಿದ್ದರೂ, ಹಾ ಆಗಾಗ ಮೇಝ್‌ನ ಬೇರೆ ಪ್ರದೇಶಗಳಿಗೆ ಹೋಗಿ ತನ್ನ ಸುತ್ತಲೂ ಏನು ನಡೆಯುತ್ತಿದೆ ಎಂಬುದರ ಬಗ್ಗೆ ತಿಳಿದುಕೊಳ್ಳಲು ಪ್ರಯತ್ನಿಸುತ್ತಿದ್ದನು. ತನ್ನ ಆರಾಮ ವಲಯದಲ್ಲಿ ಒಬ್ಬಂಟಿಯಾಗಿದ್ದು ನಂತರದಲ್ಲಿ ಆಕಸ್ಮಿಕ ಆಘಾತಗಳನ್ನು ಅನುಭವಿಸುವುದಕ್ಕಿಂತ ತನಗಿದ್ದ ನಿಜವಾದ ಆಯ್ಕೆಗಳನ್ನು ಅರಿತುಕೊಳ್ಳುವುದು ಸುರಕ್ಷಿತ, ಅದು ಹೆಚ್ಚು ಸೂಕ್ತವಾದದ್ದು ಎಂದು ಅವನಿಗೆ ತಿಳಿದಿತ್ತು.

ಅಷ್ಟರಲ್ಲಿ, ಮೇಝ್‌ನಲ್ಲಿ ಏನೋ ಸದ್ದು ಅವನಿಗೆ ಕೇಳಿಸಿತು. ಸದ್ದು ಜೋರಾಗುತ್ತಾ, ಅದು ಯಾರೋ ನಡೆದು ಬರುತ್ತಿರುವ ಹೆಜ್ಜೆಗಳ ಸದ್ದೆಂದು ಹಾ ನಿಗೆ ತಿಳಿಯಿತು.

ಹೆಮ್ ಬರುತ್ತಿರಬಹುದೇ? ಅವನು ಇದೇ ರಸ್ತೆಯ ತಿರುವಿನಲ್ಲಿ ಇರುವನೇ?

ಈ ಹಿಂದೆಯೂ ಹೆಮ್ ಬರಲೆಂದು ಪ್ರಾರ್ಥನೆ ಮಾಡುತ್ತಾ ಆಶಾ ಭಾವನೆ ಇಟ್ಟುಕೊಂಡಂತೆ, ಈ ಬಾರಿಯೂ ಪ್ರಾರ್ಥಿಸಿ ಹೆಮ್ ಬರುತ್ತಿರಲಿ ಎಂದು ನೋಡಿದನು...

ಮುಕ್ತಾಯ....

ಅಥವಾ, ಇದು ಹೊಸ ಆರಂಭವೆ...?

ಒಂದು ಚರ್ಚೆ

ಅದೇ ದಿನ... ಸ್ವಲ್ಪ ಸಮಯದ ನಂತರ...

ಕಥೆ ಹೇಳಿ ಮುಗಿಸಿದ ಮೈಕಲ್ ಕೋಣೆಯ ಸುತ್ತಲೂ ಒಂದು ಸಲ ಕಣ್ಣಾಡಿಸಿದ. ಅವನ ಹಳೆಯ ಸಹಪಾಠಿಗಳು ಮುಗುಳ್ನಗುತ್ತಿದ್ದರು. ಕೆಲವರು ಅವನಿಗೆ ಧನ್ಯವಾದ ಹೇಳಿದರು ಮತ್ತು ಈ ಕಥೆಯಿಂದ ತಮಗೆ ಒಳ್ಳೆಯ ಕಲಿಕೆ ಸಿಕ್ಕಿತು ಎಂದು ಹೇಳಿದರು.

"ನಂತರ ಮತ್ತೆ ಸೇರಿ ಈ ಕಥೆಯ ಬಗ್ಗೆ ಚರ್ಚಿಸೋಣವೇ?" ಎಂದು ನಾಥನ್ ಕೇಳಿದ.

ಅವರಲ್ಲಿ ಬಹಳಷ್ಟು ಜನರು ತಮಗೆ ಇದರ ಬಗ್ಗೆ ಮಾತನಾಡುವುದಿದೆ ಎಂದು ಹೇಳಿದರು. ಆದ್ದರಿಂದ ಅವರು ರಾತ್ರಿ ಊಟಕ್ಕಿಂತ ಮೊದಲು ಪಾನೀಯ ಭೇಟಿ ಏರ್ಪಡಿಸಲು ವ್ಯವಸ್ಥೆ ಮಾಡಿದರು.

ಆ ಸಂಜೆ, ಅವರು ಹೋಟೆಲ್ ಲೌಂಜ್‌ನಲ್ಲಿ ಸೇರಿದಾಗ, ಅವರು ತಮ್ಮ 'ಚೀಸ್' ಅನ್ನು ಕಂಡುಕೊಂಡ ಬಗ್ಗೆ ಮತ್ತು ತಾವೂ ಸಹ ಮೇಝ್‌ನಲ್ಲಿ ಸಂಚರಿಸಿದಂತೆ ಪರಸ್ಪರ ತಮಾಷೆ ಮಾಡಿಕೊಂಡರು.

ನಂತರ, ಸಹಜವಾಗಿ ಏಂಜೆಲಾ ಗುಂಪನ್ನು "ಕಥೆಯಲ್ಲಿ ನೀವು ಯಾರು? ಸ್ನಿಫ್, ಸ್ಕರ್ರಿ, ಹೆಮ್ ಅಥವಾ ಹಾ?" ಎಂದು ಒಳ್ಳೆಯ ಭಾವನೆಯಿಂದ ಕೇಳಿದಳು.

“ನಾನು ಇಂದು ಮಧ್ಯಾಹ್ನ ಅದರ ಬಗ್ಗೆ ಯೋಚಿಸುತ್ತಿದ್ದೆ. ನನ್ನ ಕ್ರೀಡಾ ಸಾಮಗ್ರಿಗಳ ಬಿಜಿನೆಸ್ ಪ್ರಾರಂಭವಾಗುವುದಕ್ಕಿಂತ ಮುಂಚೆ, ಬದಲಾವಣೆಯನ್ನು ನಾನು ಮುಖಾಮುಖಿಯಾಗಿ ಎದುರಿಸಿದ ಕಠಿಣ ಸಮಯ ನನಗೆ ಸ್ಪಷ್ಟವಾಗಿ ನೆನಪಿದೆ.” ಕಾರ್ಲೋಸ್ ಉತ್ತರಿಸಿದ.

“ನಾನು ಪರಿಸ್ಥಿತಿಯನ್ನು ಮೊದಲೇ ಗಮನಿಸಲಿಲ್ಲ ಮತ್ತು ಬದಲಾವಣೆಯ ಮುನ್ಸೂಚನೆಯನ್ನೂ ಗಮನಿಸಲಿಲ್ಲ, ಆದ್ದರಿಂದ ನಾನು ಸ್ನಿಫ್ ಅಲ್ಲ.

ನಾನು ಖಂಡಿತವಾಗಿಯೂ ಸ್ಕರ್ರಿಯೂ ಅಲ್ಲ, ನಾನು ತಕ್ಷಣ ಕಾರ್ಯಪ್ರವೃತ್ತನೂ ಅಗಲಿಲ್ಲ.

“ನಾನು ಹೆಮ್‌ನಂತೆಯೇ ಇದ್ದೆ, ಅವನು ಪರಿಚಿತ ಸ್ಥಳದಲ್ಲಿ ಉಳಿಯಲು ಬಯಸಿದೆ. ನಿಜ ಹೇಳಬೇಕೆಂದರೆ, ನಾನು ಬದಲಾವಣೆಯನ್ನು ಎದು-ರಿಸಲು ಬಯಸಲಿಲ್ಲ. ನಾನು ಅದನ್ನು ನೋಡಲು ಸಹ ಬಯಸಲಿಲ್ಲ.” ಎಂದ ಕಾರ್ಲೋಸ್.

ತಾನು ಮತ್ತು ಕಾರ್ಲೋಸ್ ಶಾಲೆಯಲ್ಲಿ ಆಪ್ತ ಸ್ನೇಹಿತರಿದ್ದಂತೆ ಈಗಲೂ ಹಾಗೆಯೇ ಇದ್ದೇವೆ, ಏನೂ ಬದಲಾಗಿಲ್ಲ, ತಮ್ಮ ಸ್ನೇಹಕ್ಕೆ ಕಾಲ ಅಲ್ಲಿಯೇ ನಿಂತಂತಿದೆ ಎಂದು ಭಾವಿಸಿದ ಮೈಕಲ್, “ನಾವು ಇಲ್ಲಿ ಏನು ಮಾತನಾಡುತ್ತಿದ್ದೇವೆ, ಗೆಳೆಯ?” ಎಂದು ಕೇಳಿದನು.

“ಅನಿರೀಕ್ಷಿತ ಉದ್ಯೋಗ ಬದಲಾವಣೆ” ಕಾರ್ಲೋಸ್ ಹೇಳಿದ.

“ನಿನ್ನನ್ನು ಕೆಲಸದಿಂದ ತೆಗೆದುಹಾಕಿದ್ರಾ?” ಮೈಕಲ್ ನಕ್ಕ.

“ನಾನು ಹೊಸ ಚೀಸ್ ಹುಡುಕುತ್ತಾ ಹೊರಗೆ ಹೋಗಲು ಇಷ್ಟ ಪಡಲಿಲ್ಲ ಅಂದ್ಕೊಳ್ಳಿ. ಬದಲಾವಣೆ ನನಗೆ ಅವಶ್ಯಕತೆ ಇಲ್ಲ ಎನ್ನುವುದಕ್ಕೆ ನನಗೆ ಉತ್ತಮ ಕಾರಣವಿದೆ ಎಂದು ನಾನು ಅಂದುಕೊಂಡಿದ್ದೆ. ಹಾಗಾಗಿ, ಆ ಸಮಯದಲ್ಲಿ ನಾನು ತುಂಬಾ ಅಸಮಾಧಾನಗೊಂಡಿದ್ದೆ.”

ಆರಂಭದಲ್ಲಿ ಸುಮ್ಮನಿದ್ದ ಕೆಲವು ಹಳೆಯ ಸಹಪಾಠಿಗಳು ಈಗ ಆ ವಾತಾವರಣಕ್ಕೆ ಹೆಚ್ಚು ಹೊಂದಿಕೊಂಡರು. ಮಿಲಿಟರಿ ಸೇರಿದ್ದ ಫ್ರಾಂಕ್ ನನ್ನೂ ಸೇರಿದಂತೆ ಅವರು ಮಾತನಾಡತೊಡಗಿದರು.

ಫ್ರಾಂಕ್ ಹೇಳಿದ, "ಹೆಮ್ ನನ್ನ ಸ್ನೇಹಿತನನ್ನು ನೆನಪಿಸುತ್ತಾನೆ, ಅವರ ಕೆಲಸದ ವಿಭಾಗ ಮುಚ್ಚುತ್ತಿತ್ತು, ಆದರೆ ಅವನು ಅದರತ್ತ ಗಮನ ಕೊಡಲಿಲ್ಲ. ಅವರು ತಮ್ಮ ವಿಭಾಗದ ಜನರನ್ನು ವರ್ಗಾವಣೆ ಮಾಡುತ್ತಲೇ ಇದ್ದರು.

ಬೇರೆ ಜವಾಬ್ದಾರಿ ತೆಗೆದುಕೊಳ್ಳಲು ಸಿದ್ಧರಿದ್ದ ಕೆಲಸಗಾರರಿಗೆ ಕಂಪನಿಯಲ್ಲಿಯೇ ಇರುವ ಅನೇಕ ಅವಕಾಶಗಳ ಬಗ್ಗೆ ನಾವೆಲ್ಲರೂ ಅವನಿಗೆ ಹೇಳಲು ಪ್ರಯತ್ನಿಸಿದೆವು, ಆದರೆ ಅವನಿಗೆ ಈ ಬದಲಾವಣೆ ಇಷ್ಟವಿರಲಿಲ್ಲ. ಅವರ ವಿಭಾಗ ಮುಚ್ಚಿದಾಗ ಆಘಾತವಾಗಿದ್ದು ಅವನೊಬ್ಬನಿಗೇ. ಈಗ ಅವನು ಬದಲಾವಣೆಗೆ ಹೊಂದಿಕೊಳ್ಳಲು ಕಷ್ಟಪಡುತ್ತಿದ್ದಾನೆ."

ಜೆಸ್ಸಿಕಾ ಹೇಳಿದಳು, "ನನಗೂ ಇದು ನನ್ನೊಂದಿಗೆ ಆಗುತ್ತದೆ ಎಂದು ಅನ್ನಿಸಿರಲಿಲ್ಲ, ಆದರೆ ನನ್ನ 'ಚೀಸ್' ಹಲವಾರು ಬಾರಿ ಸ್ಥಳಾಂತರಗೊಂಡಿದೆ, ಅದರಲ್ಲೂ, ವಿಶೇಷವಾಗಿ ನನ್ನ ವೈಯಕ್ತಿಕ ಜೀವನದಲ್ಲಿ, ಅದರ ಬಗ್ಗೆ ನಂತರ ಮಾತನಾಡೋಣ."

ನಾಥನ್‌ನನ್ನು ಹೊರತುಪಡಿಸಿ ಗುಂಪಿನಲ್ಲಿರುವ ಅನೇಕರು ನಕ್ಕರು. "ಬಹುಶಃ ಅದೇ ಇಲ್ಲಿನ ಮುಖ್ಯ ವಿಷಯ," ನಾಥನ್ ಹೇಳಿದ. "ನಮ್ಮೆಲ್ಲರೊಂದಿಗೂ ಬದಲಾವಣೆ ಆಗುತ್ತದೆ."

"ನನ್ನ ಕುಟುಂಬ ಈ ಚೀಸ್ ಕಥೆಯನ್ನು ಮುಂಚೆಯೇ ಕೇಳಬೇಕಿತ್ತು ಎಂದು ನನಗೆ ಅನ್ನಿಸುತ್ತಿದೆ. ದುರದೃಷ್ಟವಶಾತ್ ನಮ್ಮ ಬಿಜಿನೆಸ್ಸಿನಲ್ಲಿ ಆಗುತ್ತಿರುವ ಬದಲಾವಣೆಗಳನ್ನು ಗಮನಿಸಲು ನಮಗೆ ಇಷ್ಟವಿರಲಿಲ್ಲ, ಈಗ ತುಂಬಾ ತಡವಾಗಿದೆ, ನಾವು ನಮ್ಮ ಅನೇಕ ಅಂಗಡಿಗಳನ್ನು

ಮುಚ್ಚಬೇಕಾಗಿದೆ" ಎಂದು ನಾಥನ್ ಹೇಳಿದ.

ಇದನ್ನು ಕೇಳಿ ಗುಂಪಿನಲ್ಲಿ ಅನೇಕರಿಗೆ ಆಶ್ಚರ್ಯವಾಯಿತು, ಏಕೆಂದರೆ ಅವರು ನಾಥನ್‌ನದ್ದು ಹಲವಾರು ವರ್ಷಗಳ ಹಳೆಯ, ಅವಲಂಬಿಸಬಹುದಾದ ಸುರಕ್ಷಿತ ಬಿಜಿನೆಸ್, ಅವನು ಅದೃಷ್ಟಶಾಲಿ ಎಂದು ಭಾವಿಸಿದ್ದರು.

"ಏನಾಯಿತು?" ಜೆಸ್ಸಿಕಾ ತಿಳಿದುಕೊಳ್ಳಲು ಬಯಸಿದಳು.

"ಮೆಗಾಸ್ಟೋರ್ ತನ್ನ ಬೃಹತ್ ದಾಸ್ತಾನು ಮತ್ತು ಕಡಿಮೆ ಬೆಲೆಗಳೊಂದಿಗೆ ಪಟ್ಟಣಕ್ಕೆ ಬಂದಾಗ ನಮ್ಮ ಸಣ್ಣ ಅಂಗಡಿಗಳು ಜನರಿಗೆ ಇದ್ದಕ್ಕಿದ್ದಂತೆ ಹಳೆಯ ಶೈಲಿಯೆನಿಸಿದವು. ನಾವು ಮೆಗಾಸ್ಟೋರಿನೊಂದಿಗೆ ಸ್ಪರ್ಧಿಸಲು ಸಾಧ್ಯವಾಗಲಿಲ್ಲ.

"ಸ್ನಿಫ್ ಮತ್ತು ಸ್ಕರ್ರಿಯಂತೆ ಇರುವ ಬದಲು, ನಾವು ಹೆಮ್‌ನಂತೆಯೇ ಇದ್ದೆವು ಎಂದು ನನಗೆ ಈಗ ಅನ್ನಿಸುತ್ತಿದೆ. ನಾವು ಎಲ್ಲಿ ಇದ್ದೆವೋ ಅಲ್ಲೇ ಇದ್ದೆವು, ಬದಲಾಗಲಿಲ್ಲ. ನಮ್ಮ ಸುತ್ತಲೂ ಏನಾಗುತ್ತಿದೆ ಎಂಬುದನ್ನು ನಿರ್ಲಕ್ಷಿಸಲು ಪ್ರಯತ್ನಿಸಿದೆವು, ಆ ಕಾರಣದಿಂದಲೇ ನಾವೀಗ ತೊಂದರೆಯಲ್ಲಿದ್ದೇವೆ. ನಾವು ಹಾ ನಿಂದ ಒಂದೆರಡು ಪಾಠಗಳನ್ನು ಕಲಿಯಬಹುದು; ಏಕೆಂದರೆ ನಾವು ಮಾಡುತ್ತಿರುವ ತಪ್ಪಿಗೆ ನಾವೇ ನಕ್ಕು, ನಾವೇನು ಮಾಡುತ್ತಿದ್ದೇವೋ ಅದನ್ನು ಬದಲಾಯಿಸಿಕೊಳ್ಳಲು ಸಾಧ್ಯವಿತ್ತು."

ಯಶಸ್ವಿ ವ್ಯಾಪಾರೋದ್ಯಮಿ ಮಹಿಳೆ ಲಾರಾ, ಇಲ್ಲಿಯವರೆಗೆ ಎಲ್ಲರ ಮಾತುಗಳನ್ನು ಸುಮ್ಮನೆ ಕೇಳುತ್ತಿದ್ದಳು, ಆದರೆ ಬಹಳ ಕಡಿಮೆ ಮಾತನಾಡಿದ್ದಳು. "ನಾನೂ ಸಹ ಈ ಮಧ್ಯಾಹ್ನದಿಂದ ಈ ಕಥೆಯ ಬಗ್ಗೆ ಯೋಚಿಸುತ್ತಿದ್ದೆ, ಹಾ ನಂತೆ ನಾನು ಏನು ತಪ್ಪು ಮಾಡುತ್ತಿದ್ದೇನೆ ಎಂದು ಅವಲೋಕಿಸಿಕೊಂಡು, ನನ್ನ ತಪ್ಪುಗಳ ಬಗ್ಗೆ ನಾನೇ ನಕ್ಕು, ಹೇಗೆ ಬದಲಾಗುವುದು ಮತ್ತು ಹೇಗೆ ಇನ್ನೂ ಉತ್ತಮಪಡಿಸಿಕೊಳ್ಳುವುದು

ಎಂದು ಯೋಚಿಸುತ್ತಿದ್ದೆ" ಎಂದಳು ಲಾರಾ.

"ಇಲ್ಲಿ ಎಷ್ಟು ಜನ ಬದಲಾವಣೆಗೆ ಹೆದರುತ್ತೀರಿ ಎಂದು ತಿಳಿದುಕೊಳ್ಳುವ ಕುತೂಹಲ ನನಗಿದೆ" ಎಂದಳು ಲಾರಾ. ಯಾರೂ ಪ್ರತಿಕ್ರಿಯಿಸಲಿಲ್ಲ, ಅದಕ್ಕೆ ಅವಳು "ಕೈ ಮೇಲೆ ಮಾಡಬಹುದೇ?" ಎಂದು ಕೇಳಿದಳು.

ಒಬ್ಬರು ಮಾತ್ರ ಕೈ ಎತ್ತಿದರು. "ನಮ್ಮ ಗುಂಪಿನಲ್ಲಿ ಒಬ್ಬರೇ ಪ್ರಾಮಾಣಿಕ ವ್ಯಕ್ತಿ ಇದ್ದಂತೆ ಕಾಣುತ್ತಿದೆ!" ಎಂದು ಅವಳು ಹೇಳಿದಳು. ನಂತರ ಮುಂದುವರಿಸಿ, "ಬಹುಶಃ ನೀವು ಈ ಮುಂದಿನ ಪ್ರಶ್ನೆಯನ್ನು ಹೆಚ್ಚು ಇಷ್ಟಪಡಬಹುದು. ಇಲ್ಲಿ ಇತರರು ಬದಲಾವಣೆಗೆ ಹೆದರುತ್ತಾರೆ ಎಂದು ಎಷ್ಟು ಜನರು ಭಾವಿಸುತ್ತೀರಿ?" ಯಾಂತ್ರಿಕವೆನ್ನುವಂತೆ ಎಲ್ಲರೂ ಕೈ ಎತ್ತಿದರು. ಎಲ್ಲರೂ ಸುತ್ತ ನೋಡಿ ನಗಲು ಪ್ರಾರಂಭಿಸಿದರು.

"ಇದು ನಮಗೆ ಏನನ್ನು ಸೂಚಿಸುತ್ತದೆ?"

"ನಿರಾಕರಣೆ," ನಾಥನ್ ಉತ್ತರಿಸಿದ.

"ಖಂಡಿತ," ಮೈಕಲ್ ಒಪ್ಪಿಕೊಂಡ. "ಕೆಲವೊಮ್ಮೆ ನಾವು ಭಯಪಡುತ್ತಿದ್ದೇವೆ ಎಂದು ನಮಗೇ ತಿಳಿದಿರುವುದಿಲ್ಲ. ನನ್ನೊಂದಿಗೂ ಹಾಗೆಯೇ ಆಯಿತು, ನಾನು ಭಯಪಡುತ್ತಿದ್ದೆ ಎಂದು ನನಗೇ ತಿಳಿದಿರಲಿಲ್ಲ. ನಾನು ಮೊದಲ ಸಲ ಈ ಕಥೆ ಕೇಳಿದಾಗ, 'ನೀವು ಭಯಪಡದಿದ್ದರೆ ಏನು ಮಾಡುತ್ತಿದ್ದಿರಿ?' ಎನ್ನುವ ಪ್ರಶ್ನೆ ನನಗೆ ಇಷ್ಟವಾಯಿತು.

ನಂತರ ಜೆಸ್ಸಿಕಾ, "ಈ ಕಥೆಯಿಂದ ನಾನು ಕಲಿತಿದ್ದು, ಎಲ್ಲಾ ಕಡೆ ಬದಲಾವಣೆ ಸಂಭವಿಸುತ್ತಿದೆ, ನಾನು ಅದಕ್ಕೆ ಬೇಗನೇ ಹೊಂದಿಕೊಂಡರೆ ನಾನು ಉತ್ತಮವಾಗಿ ನಿರ್ವಹಿಸಬಹುದು" ಎಂದು ಹೇಳಿದಳು.

"ವರ್ಷಗಳ ಹಿಂದೆ ನಮ್ಮ ಕಂಪನಿಯು ನಮ್ಮ ವಿಶ್ವಕೋಶವನ್ನು

ಇಪ್ಪತ್ತಕ್ಕೂ ಹೆಚ್ಚು ಪುಸ್ತಕಗಳ ಒಂದು ಸೆಟ್ ಮಾಡಿ ಮಾರಾಟ ಮಾಡುತ್ತಿದ್ದುದು ನನಗೆ ನೆನಪಿದೆ. ಆಗ ಒಬ್ಬ ವ್ಯಕ್ತಿ ನಮ್ಮ ಇಡೀ ವಿಶ್ವಕೋಶವನ್ನು ಒಂದೇ ಕಂಪ್ಯೂಟರ್ ಡಿಸ್ಕ್‌ನಲ್ಲಿ ಹಾಕಿ ಅದನ್ನು ಆಗಿನ ಬೆಲೆಗಿಂತ ಅತೀ ಕಡಿಮೆ ಬೆಲೆಗೆ ಮಾರಬಹುದು, ಆಗ ನವೀಕರಿಸುವುದೂ ಸಹ ಸುಲಭವಾಗುತ್ತದೆ, ತಯಾರಿಕಾ ವೆಚ್ಚವೂ ತುಂಬಾ ಕಡಿಮೆಯಾಗುತ್ತದೆ ಮತ್ತು ಇನ್ನೂ ಅನೇಕ ಜನರು ಅದನ್ನು ಖರೀದಿಸಬಲ್ಲರು ಎಂದು ಹೇಳಿದರು. ಆದರೆ ಅದಕ್ಕೆ ನಾವೆಲ್ಲರೂ ವಿರೋಧಿಸಿದೆವು."

"ನೀವು ಏಕೆ ವಿರೋಧಿಸಿದಿರಿ?" ಎಂದು ನಾಥನ್ ಕೇಳಿದ.

"ಏಕೆಂದರೆ, ಮನೆಮನೆಗೆ ಹೋಗಿ ಮಾರಾಟ ಮಾಡುವ ದೊಡ್ಡ ತಂಡ ನಮ್ಮ ವ್ಯಾಪಾರದ ಬೆನ್ನೆಲುಬು ಎಂದು ನಾವು ಆಗ ನಂಬಿದ್ದೆವು. ಮಾರಾಟ ತಂಡಕ್ಕೆ ನೀಡಬೇಕಿದ್ದ ದೊಡ್ಡ ಮೊತ್ತದ ಕಮಿಷನ್ನಿನ ಆಧಾರದ ಮೇಲೆ ನಮ್ಮ ಉತ್ಪನ್ನದ ಬೆಲೆ ನಿಗದಿಯಾಗುತ್ತಿತ್ತು. ನಾವು ಬಹಳ ಸಮಯದಿಂದ ಹೀಗೆಯೇ ವ್ಯವಹರಿಸುತ್ತಿದ್ದೆವು, ಹಾಗೂ ಇದು ನಿರಂತರವಾಗಿ ಹೀಗೆಯೇ ಮುಂದುವರಿಯುತ್ತದೆ ಎಂದು ಭಾವಿಸಿದ್ದೆವು."

"ಬಹುಶಃ ಕಥೆಯಲ್ಲಿನ ಹೆಮ್ ಮತ್ತು ಹಾ ಅವರ ಯಶಸ್ಸಿನ ದುರಹಂಕಾರದ ಕಾರಣವೂ ಅದೇ ಆಗಿತ್ತು ಎನಿಸುತ್ತಿದೆ. ಒಮ್ಮೆ ಯಶಸ್ವಿ ಎನ್ನಿಸಿದ್ದನ್ನು ಬದಲಾಯಿಸುವ ಅಗತ್ಯವನ್ನು ಅವರು ಗಮನಿಸಲಿಲ್ಲ." ಎಂದು ಲಾರಾ ಹೇಳಿದಳು.

ಆಗ ನಾಥನ್ ಹೇಳಿದ, "ಹಾಗಾದರೆ ನಿಮ್ಮ ಹಳೆಯ ಚೀಸ್ ಮಾತ್ರವೇ ನಿಮ್ಮ ಚೀಸ್ ಎಂದು ಅಂದುಕೊಂಡಿದ್ದಿರಿ."

"ಹೌದು, ಅಲ್ಲದೇ, ನಾವು ಅದನ್ನೇ ಮುಂದುವರಿಸಲೂ ಸಹ ಬಯಸಿದ್ದೆವು.

ನಮಗೆ ಏನಾಯಿತು ಎಂಬುದರ ಕುರಿತು ನಾನು ಯೋಚಿಸಿದಾಗ, ಅವರು 'ಚೀಸನ್ನು ಸ್ಥಳಾಂತರಿಸಿದರು' ಅಷ್ಟೇ ಅಲ್ಲ, 'ಚೀಸ್'ಗೂ ಸಹ

ಕಾಲಮಿತಿ ಇರುತ್ತದೆ ಹಾಗೂ ಅದೂ ಸಹ ಮುಗಿದುಹೋಗುತ್ತದೆ ಎಂದು ನಾನು ಅರ್ಥ ಮಾಡಿಕೊಂಡೆ.

ಒಟ್ಟಿನಲ್ಲಿ, ನಾವು ಬದಲಾಗಲಿಲ್ಲ. ಆದರೆ ಒಬ್ಬ ಪ್ರತಿಸ್ಪರ್ಧಿ ಬದಲಾದರು, ನಮ್ಮ ಮಾರಾಟವು ತೀವ್ರವಾಗಿ ಕುಸಿಯಿತು. ನಾವು ಕಠಿಣ ಪರಿಸ್ಥಿತಿಯನ್ನು ಎದುರಿಸತೊಡಗಿದೆವು. ಈಗ, ಉದ್ಯಮದಲ್ಲಿ ಮತ್ತೊಂದು ದೊಡ್ಡ ತಾಂತ್ರಿಕ ಬದಲಾವಣೆಯಾಗುತ್ತಿದೆ ಮತ್ತು ನಮ್ಮ ಕಂಪನಿಯಲ್ಲಿ ಯಾರೂ ಅದನ್ನು ನಿಭಾಯಿಸಲು ಬಯಸುತ್ತಿಲ್ಲ. ಪರಿಸ್ಥಿತಿ ಚೆನ್ನಾಗಿಲ್ಲ. ಹೀಗೇ ಆದರೆ, ನಾನು ಶೀಘ್ರದಲ್ಲೇ ಕೆಲಸ ಕಳೆದುಕೊಳ್ಳಬಹುದು ಎಂದು ಅನ್ನಿಸುತ್ತಿದೆ."

"ಇದು ಮೇಝ್‌ನ ಸಮಯ!" ಕಾರ್ಲೋಸ್ ಘೋಷಿಸಿದ. ಜೆಸ್ಸಿಕಾಳನ್ನೂ ಸೇರಿದಂತೆ ಎಲ್ಲರೂ ನಕ್ಕರು.

ಕಾರ್ಲೋಸ್ ಜೆಸ್ಸಿಕಾ ಕಡೆಗೆ ತಿರುಗಿ, "ನೀನು ನಿನ್ನನ್ನೇ ನೋಡಿ ನಗುತ್ತಿರುವುದು ಒಳ್ಳೆಯದು" ಎಂದು ಹೇಳಿದನು.

ಫ್ರಾಂಕ್, "ನನಗೆ ಈ ಕಥೆಯಿಂದ ದೊರೆತದ್ದೂ ಅದೇ ಕಲಿಕೆಯೇ. ನಾನು ನನ್ನನ್ನು ತುಂಬಾ ಗಂಭೀರವಾಗಿ ಪರಿಗಣಿಸುತ್ತೇನೆ. ಹಾ, ತಾನು ಏನು ಮಾಡುತ್ತಿದ್ದೆ ಎಂದು ನೋಡಿಕೊಂಡು ತನ್ನ ಮೇಲೆ ತಾನೇ ನಗಲು ಸಾಧ್ಯವಾದಾಗ ಅವನು ಹೇಗೆ ಬದಲಾದನೆಂದು ನಾನು ಗಮನಿಸಿದೆ. ಅವನನ್ನು ಹಾ ಎಂದು ಕರೆಯುವುದರಲ್ಲಿ ಆಶ್ಚರ್ಯವಿಲ್ಲ."

ಪದಗಳ ಆಟಕ್ಕೆ ಗುಂಪು ಮೆಚ್ಚುಗೆ ವ್ಯಕ್ತಪಡಿಸಿತು.

"ಹೆಮ್ ಎಂದಾದರೂ ಬದಲಾದನೇ? ಮತ್ತು ಅವನಿಗೆ ಹೊಸ ಚೀಸ್ ಸಿಕ್ಕಿತು ಎಂದು ನಿಮಗೆ ಅನ್ನಿಸುತ್ತಾ?" ಏಂಜೆಲಾ ಕೇಳಿದಳು.

ಎಲೈನ್ ಹೇಳಿದ, "ಅವನು ಬದಲಾದ ಎಂದು ನಾನು ಅಂದುಕೊಳ್ಳುತ್ತೇನೆ."

"ನನಗೆ ಹಾಗನ್ನಿಸುವುದಿಲ್ಲ." ಕೋರಿ ಹೇಳಿದ. "ಕೆಲವು ಜನರು ಎಂದಿಗೂ ಬದಲಾಗುವುದಿಲ್ಲ ಮತ್ತು ಅವರು ಅದಕ್ಕೆ ಬೆಲೆ ತೆರುತ್ತಾರೆ. ನನ್ನ ವೈದ್ಯಕೀಯ ವೃತ್ತಿಯಲ್ಲಿ ಹೆಮ್‌ನಂತಹ ಅನೇಕ ಜನರನ್ನು ನಾನು ನೋಡುತ್ತೇನೆ. ಅವರು ತಮ್ಮ 'ಚೀಸ್'ಗೆ ಅರ್ಹರು ಎಂದು ಭಾವಿಸುತ್ತಾರೆ. ಅದನ್ನು ಸ್ಥಳಾಂತರಿಸಿದಾಗ ಅವರಿಗೆ ತಾವು ಬಲಿಪಶುಗಳಾದಂತೆ ಅನ್ನಿಸುತ್ತದೆ ಮತ್ತು ಅದಕ್ಕಾಗಿ ಅವರು ಇತರರನ್ನು ದೂಷಿಸುತ್ತಾರೆ. ಬಿಟ್ಟುಬಿಡುವ ಮತ್ತು ಮುಂದುವರಿಯುವ ಜನರಿಗಿಂತ ಇಂಥವರು ಅನಾರೋಗ್ಯಕ್ಕೆ ಹೆಚ್ಚು ಒಳಗಾಗುತ್ತಾರೆ."

ನಾಥನ್ ನಿಧಾನವಾಗಿ, ತನ್ನಷ್ಟಕ್ಕೆ ತಾನೇ ಮಾತನಾಡುತ್ತಿರುವಂತೆ ಹೇಳಿದ, "ನನಗನ್ನಿಸಿದ ಮಟ್ಟದಲ್ಲಿ ಪ್ರಶ್ನೆ ಏನೆಂದರೆ, 'ನಾವು ಯಾವುದನ್ನು ಬಿಟ್ಟುಬಿಡಬೇಕು ಮತ್ತು ಯಾವುದರೊಂದಿಗೆ ಮುಂದುವರಿಯಬೇಕು?' ಎಂಬುದು."

ಸ್ವಲ್ಪ ಸಮಯ ಯಾರೂ ಏನನ್ನೂ ಹೇಳಲಿಲ್ಲ.

ನಾಥನ್ ಹೇಳಿದ, "ನಾನು ಒಪ್ಪಿಕೊಳ್ಳಲೇಬೇಕು, ದೇಶದ ಇತರ ಭಾಗಗಳಲ್ಲಿ ನಮ್ಮಂತಹ ಅಂಗಡಿಗಳಲ್ಲಿ ಏನಾಗುತ್ತಿದೆ ಎಂದು ನಾನು ನೋಡಿದ್ದೆ, ಆದರೆ ಅದು ನಮ್ಮ ಮೇಲೆ ಪರಿಣಾಮ ಬೀರುವುದಿಲ್ಲ ಎಂದು ನಾನು ಆಶಾಭಾವನೆ ಹೊಂದಿದ್ದೆ. ಬದಲಾವಣೆಗೆ ಪ್ರತಿಕ್ರಿಯಿಸಲು ಮತ್ತು ಹೊಂದಿಕೊಳ್ಳಲು ಪ್ರಯತ್ನಿಸುವುದಕ್ಕಿಂತ ಬದಲಾವಣೆಯನ್ನು ಪ್ರಾರಂಭಿಸುವುದು ನಿಮಗೆ ಸಾಧ್ಯವಾದರೆ, ಅದು ಒಳ್ಳೆಯದು ಎಂದು ನಾನು ಭಾವಿಸುತ್ತೇನೆ. ಬಹುಶಃ, ನಮ್ಮ ಚೀಸನ್ನು ನಾವೇ ಸ್ಥಳಾಂತ-ರಿಸಬೇಕು."

"ಅಂದರೆ?" ಫ್ರಾಂಕ್ ಕೇಳಿದ.

"ನಮ್ಮ ಹಳೆಯ ಅಂಗಡಿಗಳು ಇರುವ ಜಾಗಗಳನ್ನು ಮಾರಾಟ ಮಾಡಿ, ಒಂದು ಉತ್ತಮ ಆಧುನಿಕ ಅಂಗಡಿಯನ್ನು ನಿರ್ಮಿಸಿ ಇತರರೊಂದಿಗೆ ನಾವು ಸ್ಪರ್ಧಿಸಿದ್ದರೆ, ನಾವು ಈಗ ಎಲ್ಲಿಯೋ ಇರುತ್ತಿದ್ದೆವು" ಎಂದು ನಾಥನ್ ಹೇಳಿದ.

ಆಗ ಲಾರಾ ಹೇಳಿದಳು, "ಬಹುಶಃ ಹಾ ಗೋಡೆಯ ಮೇಲೆ 'ಸಾಹಸವನ್ನು ಆನಂದಿಸಿರಿ ಮತ್ತು ನೀವೂ ಚೀಸ್‌ನೊಂದಿಗೆ ಸ್ಥಳಾಂತರಗೊಳ್ಳಿ' ಎಂದು ಬರೆದಾಗ ಅವನ ಉದ್ದೇಶ ಇದೇ ಆಗಿದ್ದಿರಬಹುದು."

"ಕೆಲವು ವಿಷಯಗಳು ಬದಲಾಗಬಾರದು ಎಂದು ನನಗೆ ಅನ್ನಿಸುತ್ತದೆ. ಉದಾಹರಣೆಗೆ, ನಾನು ನನ್ನ ಮೂಲಭೂತ ಮೌಲ್ಯಗಳನ್ನು ಹಾಗೆಯೇ ಇಟ್ಟುಕೊಳ್ಳಲು ಬಯಸುತ್ತೇನೆ. ಆದರೆ ನನ್ನ ಜೀವನದಲ್ಲಿ ನಾನು 'ಚೀಸ್' ನೊಂದಿಗೆ ಬೇಗನೆ ಸ್ಥಳಾಂತರಗೊಂಡಿದ್ದರೆ ನಾನು ಇನ್ನೂ ಚೆನ್ನಾಗಿರುತ್ತಿದ್ದೆ ಎಂದು ಈಗ ನನಗೆ ಅರ್ಥವಾಗಿದೆ." ಎಂದು ಫ್ರಾಂಕ್ ಹೇಳಿದ.

"ಸರಿ, ಮೈಕಲ್, ಇದೊಂದು ಒಳ್ಳೆಯ ಸಣ್ಣ ಕಥೆಯಾಗಿತ್ತು, ಆದರೆ, ನಿಜವಾಗಿಯೂ ನಿಮ್ಮ ಕಂಪನಿಯಲ್ಲಿ ನೀನು ಬದಲಾವಣೆಯನ್ನು ಹೇಗೆ ತಂದೆ?" ತರಗತಿಯ ಅನುಮಾನ ಪಿಶಾಚಿ ರಿಚರ್ಡ್ ಕೇಳಿದ.

ಆದರೆ, ಆ ಗುಂಪಿಗೆ ಇನ್ನೂ ತಿಳಿದಿರಲಿಲ್ಲ, ರಿಚರ್ಡ್ ಸ್ವತಃ ತನ್ನ ಜೀವನದಲ್ಲಿ ಕೆಲವು ಬದಲಾವಣೆಗಳ ಕಾರಣ ತೊಂದರೆಗೊಳಗಾಗಿದ್ದ. ಅವನು ಇತ್ತೀಚೆಗೆ ತನ್ನ ಹೆಂಡತಿಯಿಂದ ಬೇರ್ಪಟ್ಟಿದ್ದ, ಈಗ ತನ್ನ ಹದಿಹರೆಯದ ಮಕ್ಕಳನ್ನು ಬೆಳೆಸುತ್ತಾ, ತನ್ನ ವೃತ್ತಿಜೀವನವನ್ನೂ ನೋಡಿಕೊಳ್ಳಲು ಪ್ರಯತ್ನಿಸುತ್ತಿದ್ದ.

"ನಿಮಗೆ ಗೊತ್ತಾ, ನನ್ನ ಕೆಲಸ ದೈನಂದಿನ ಸಮಸ್ಯೆಗಳನ್ನು ನಿರ್ವಹಿಸುವುದು ಎಂದು ನಾನು ಅಂದುಕೊಂಡಿದ್ದೆ. ಆದರೆ ನಾನು ಮಾಡಬೇಕಾಗಿರುವುದು ಭವಿಷ್ಯದಲ್ಲಿ ನಮ್ಮ ಅಭಿವೃದ್ಧಿ ಯಾವ ದಿಕ್ಕಿನಲ್ಲಿದೆ ಎಂಬುದರತ್ತ ಗಮನ ಹರಿಸುವುದಾಗಿತ್ತು" ಎಂದ ಮೈಕಲ್.

"ಮಗಾ, ನಾನು ದಿನದ ಇಪ್ಪತ್ನಾಲ್ಕು ಗಂಟೆಗಳೂ ಸಮಸ್ಯೆಗಳನ್ನು ಬಗೆಹರಿಸುತ್ತಲೇ ಇದ್ದೆ. ನಾನಿರುವುದು ನನ್ನ ಸುತ್ತಲಿನವರಿಗೆ ಅಷ್ಟೇನೂ

ಖುಷಿಯ ವಿಚಾರವಾಗಿರಲಿಲ್ಲ. ನಾನು ಒಂದು ರೀತಿಯ ರೇಸಿನಲ್ಲಿ ಓಡುತ್ತಿದ್ದೆ, ನನಗೆ ಹೊರಬರಲು ಸಾಧ್ಯವಾಗಲಿಲ್ಲ." ಮೈಕಲ್ ರಿಚರ್ಡ್‌ಗೆ ಹೇಳಿದ.

ಆಗ ಲಾರಾ "ಹಾಗಾದರೆ ನೀನು ನಾಯಕನಾಗಿ ಮುನ್ನಡೆಸಬೇಕಾಗಿ-ತ್ತು, ಆದರೆ ಅದರ ಬದಲು ನೀನು ನಿರ್ವಹಣೆ ಮಾಡ್ತಾ ಇದ್ದೆ, ಅಲ್ವೇ" ಎಂದು ಕೇಳಿದಳು.

"ಹೌದು, ಸರಿಯಾಗಿ ಹೇಳಿದೆ, ನಾನು 'ನನ್ನ ಚೀಸನ್ನು ಯಾರು ಸ್ಥಳಾಂತರಿಸಿದರು?' ಕಥೆ ಕೇಳಿದಾಗ, ನಾವು ಕೆಲಸದಲ್ಲಿ ಅಥವಾ ನಮ್ಮ ವೈಯಕ್ತಿಕ ಜೀವನದಲ್ಲಿ ಬದಲಾವಣೆ ಮತ್ತು ಯಶಸ್ಸನ್ನು ಆನಂದಿಸಲು ನಾವೆಲ್ಲರೂ ಪಡೆದುಕೊಳ್ಳಲು ಇಷ್ಟ ಪಡುವ 'ಹೊಸ ಚೀಸ್'ನ ಚಿತ್ರವನ್ನು ಬರೆಯುವುದು ನನ್ನ ಕೆಲಸ ಎಂದು ನಾನು ಅರ್ಥ ಮಾಡಿಕೊಂಡೆ" ಮೈಕೆಲ್ ಹೇಳಿದ.

ನಾಥನ್ ಮೈಕಲ್‌ನನ್ನು "ನೀನು ಕೆಲಸದ ಸ್ಥಳದಲ್ಲಿ ಏನು ಮಾಡಿದೆ?" ಎಂದು ಕೇಳಿದ.

"ನಮ್ಮ ಕಂಪನಿಯಲ್ಲಿರುವ ಜನರನ್ನು ಈ ಕಥೆಯಲ್ಲಿ ಅವರು ಯಾರು ಎಂದು ನಾನು ವಿಶ್ಲೇಷಿಸಿದಾಗ, ನಮ್ಮ ಸಂಸ್ಥೆಯಲ್ಲಿ ನಾಲ್ಕು ಪಾತ್ರಗಳಲ್ಲಿ ಪ್ರತಿಯೊಬ್ಬರೂ ಇದ್ದಾರೆ ಎಂದು ನಾನು ಕಂಡುಕೊಂಡೆ. ಸ್ನಿಫ್‌ಗಳು, ಸ್ಕರ್‌ರಿಗಳು, ಹೆಮ್ ಗಳು, ಮತ್ತು ಹಾ ಗಳು. ಈ ಪ್ರತಿಯೊಬ್ಬರಿಂದ ಬೇರೆ ಬೇರೆ ರೀತಿಯಲ್ಲಿ ಕೆಲಸ ಮಾಡಿಸಬೇಕಾದ ಅವಶ್ಯಕತೆ ಇದೆ ಎನ್ನುವುದು ನನಗೆ ಗೊತ್ತಾಯಿತು.

"ನಮ್ಮ ಸ್ನಿಫ್‌ಗಳು ಮಾರುಕಟ್ಟೆಯಲ್ಲಿನ ಬದಲಾವಣೆಗಳನ್ನು ಪತ್ತೆ ಹಚ್ಚಬಲ್ಲರು, ಆದ್ದರಿಂದ ಅವರು ನಮ್ಮ ಕಾರ್ಪೊರೇಟ್ ದೃಷ್ಟಿಕೋನವನ್ನು ನವೀಕರಿಸಲು ನಮಗೆ ಸಹಾಯ ಮಾಡಿದರು. ಬದಲಾವಣೆಗಳು ನಮ್ಮ ಗ್ರಾಹಕರು ಬಯಸುವ ಹೊಸ ಉತ್ಪನ್ನಗಳು ಮತ್ತು ಸೇವೆಗಳಿಗೆ

ಹೇಗೆ ಕಾರಣವಾಗಬಹುದು ಎಂಬುದನ್ನು ಗುರುತಿಸಲು ಅವರನ್ನು ಪ್ರೋತ್ಸಾಹಿಸಿದೆ. ಸ್ನಿಫ್‌ಗಳಿಗೆ ಅದು ಇಷ್ಟವಾಯಿತು, ಬದಲಾವಣೆಯನ್ನು ಗುರುತಿಸುವ ಮತ್ತು ಕಾಲಕ್ಕೆ ತಕ್ಕಂತೆ ಹೊಂದಿಕೊಳ್ಳುವ ಕಂಪನಿಯಲ್ಲಿ ಕೆಲಸ ಮಾಡುವುದು ತಮಗೆ ಖುಷಿ ಕೊಡುತ್ತದೆ ಎಂದು ಅವರು ನಮಗೆ ಹೇಳಿದರು.

"ನಮ್ಮ ಸ್ಕರ್ರಿಗಳು ಕೆಲಸಗಳನ್ನು ಮಾಡಲು ಇಷ್ಟಪಡುವ ಗುಣದವರು. ಆದ್ದರಿಂದ ಹೊಸ ಕಾರ್ಪೊರೇಟ್ ದೃಷ್ಟಿಕೋನದ ಆಧಾರದ ಮೇಲೆ ಕಾರ್ಯ ನಿರ್ವಹಿಸುವಂತೆ ಅವರನ್ನು ಪ್ರೋತ್ಸಾಹಿಸಿದೆ. ಅವರು ತಪ್ಪು ದಿಕ್ಕಿನಲ್ಲಿ ಓಡದಂತೆ ಅವರನ್ನು ಮೇಲ್ವಿಚಾರಣೆ ಮಾಡಬೇಕಾಗಿತ್ತು ಅಷ್ಟೆ, ಅದನ್ನು ಮಾಡಿದೆ. ನಮಗೆ ಹೊಸ ಚೀಸನ್ನು ಹುಡುಕಿ ತಂದ ಅವರ ಕೆಲಸಗಳಿಗೆ ಅವರಿಗೆ ಬಹುಮಾನ ನೀಡಿದೆ. ಮಾಡಿದ ಕೆಲಸ ಮತ್ತು ಫಲಿತಾಂಶಗಳಿಗೆ ಬೆಲೆ ಕೊಡುವ ಕಂಪನಿಯಲ್ಲಿ ಕೆಲಸ ಮಾಡಲು ಅವರು ಇಷ್ಟಪಟ್ಟರು."

"ಹೆಮ್‌ಗಳು ಮತ್ತು ಹಾಗಳು ಬಗ್ಗೆಯೂ ಹೇಳು" ಏಂಜೆಲಾ ಕೇಳಿದಳು.

"ದುರದೃಷ್ಟವಶಾತ್, ಹೆಮ್‌ಗಳು ನಮ್ಮನ್ನು ನಿಧಾನಗೊಳಿಸಿದ ಲಂಗರುಗಳಾಗಿದ್ದರು, ಅವರು ಇದ್ದಲ್ಲಿಯೇ ತುಂಬಾ ಆರಾಮವಾಗಿದ್ದರು ಅಥವಾ ಬದಲಾಯಿಸಿಕೊಳ್ಳಲು ತುಂಬಾ ಹೆದರುತ್ತಿದ್ದರು." ಎಂದ ಮೈಕಲ್.

ಆದರೆ ಬದಲಾವಣೆಯ ಅರ್ಥಪೂರ್ಣವಾದ ಚಿತ್ರವನ್ನು ನಾವು ತೋರಿಸಿದಾಗ, ಕೆಲವು ಹೆಮ್‌ಗಳಿಗೆ ಈ ಬದಲಾವಣೆಯು ತಮಗೆ ಹೇಗೆ ಅನುಕೂಲಕರವಾಗಲಿದೆ ಎಂಬುದು ಅರಿವಾಗಿ ಅವರು ಬದಲಾದರು.

"ಸುರಕ್ಷಿತ ಸ್ಥಳದಲ್ಲಿ ಕೆಲಸ ಮಾಡಲು ಅವರು ಬಯಸುತ್ತಾರೆ, ಆದ್ದರಿಂದ ಬದಲಾವಣೆಯು ಅವರಿಗೆ ಅರ್ಥಪೂರ್ಣವಾಗಿರಬೇಕು

ಮತ್ತು ಅವರ ಸುರಕ್ಷತೆಯ ಪ್ರಜ್ಞೆಯನ್ನು ಹೆಚ್ಚಿಸಬೇಕು ಎಂದು ನಮ್ಮ ಹೆಮ್‌ಗಳು ನಮಗೆ ಹೇಳಿದರು. ಬದಲಾಗದಿದ್ದರೆ ಆಗುವ ಅಪಾಯವನ್ನು ಅವರು ಅರ್ಥ ಮಾಡಿಕೊಂಡಾಗ, ಅವರಲ್ಲಿ ಕೆಲವರು ಬದಲಾದರು ಮತ್ತು ಉತ್ತಮವಾಗಿ ಕಾರ್ಯನಿರ್ವಹಿಸಿದರು. ನಮ್ಮ ಅನೇಕ ಹೆಮ್‌ಗಳನ್ನು ಹಾ ಗಳನ್ನಾಗಿ ಪರಿವರ್ತಿಸಲು ಈ ತಿಳುವಳಿಕೆ ನನಗೆ ಸಹಾಯ ಮಾಡಿತು."

"ಬದಲಾಗದ ಹೆಮ್‌ಗಳನ್ನು ನೀವು ಏನು ಮಾಡಿದಿರಿ?" ಫ್ರಾಂಕ್ ಕುತೂಹಲದಿಂದ ಕೇಳಿದ.

"ನಾವು ಅವರನ್ನು ಕೆಲಸದಿಂದ ತೆಗೆಯಬೇಕಾಯಿತು," ಮೈಕೆಲ್ ಬೇಸರದಿಂದ ಹೇಳಿದ. "ನಮ್ಮ ಎಲ್ಲಾ ಉದ್ಯೋಗಿಗಳನ್ನು ಉಳಿಸಿಕೊಳ್ಳಲು ನಾವು ಬಯಸಿದ್ದೆವು, ಆದರೆ ನಮ್ಮ ವ್ಯವಹಾರದಲ್ಲಿ ನಾವು ಬೇಗನೆ ಬದಲಾಗದಿದ್ದರೆ, ನಾವೆಲ್ಲರೂ ತೊಂದರೆಯಲ್ಲಿ ಸಿಲುಕುತ್ತೇವೆ ಎಂದು ನಮಗೆ ತಿಳಿದಿತ್ತು."

ಮೈಕಲ್ ಮುಂದುವರೆಸಿ ಹೇಳಿದ, "ನಮ್ಮ ಹಾ ಗಳೂ ಸಹ ಆರಂಭದಲ್ಲಿ ಹಿಂಜರಿಯುತ್ತಿದ್ದರೂ, ಅವರು ಹೊಸದನ್ನು ಕಲಿಯಲು, ಬೇರೆ ಬೇರೆ ವಿಧಾನಗಳಿಂದ ಕೆಲಸ ಮಾಡಲು ಮತ್ತು ಕಾಲಕ್ಕೆ ತಕ್ಕಂತೆ ಹೊಂದಿಕೊಳ್ಳಲು ಸಾಕಷ್ಟು ಮುಕ್ತ ಮನಸ್ಸಿನವರಾಗಿದ್ದರು, ಇದು ನಾವು ಯಶಸ್ವಿಯಾಗಲು ಸಹಕಾರಿಯಾಯಿತು.

"ಅವರು ಬದಲಾವಣೆಯನ್ನು ನಿರೀಕ್ಷಿಸಿ, ಅದನ್ನು ಸ್ವತಃ ಹುಡುಕಿದರು. ಅವರು ಮಾನವ ಸ್ವಭಾವವನ್ನು ಅರ್ಥಮಾಡಿಕೊಂಡ ಕಾರಣ, ಪ್ರಾಯೋಗಿಕವಾಗಿ ಎಲ್ಲರಿಗೂ ಪ್ರೋತ್ಸಾಹದಾಯಕ ಸಂದೇಶ ನೀಡುವ ಹೊಸ ಚೀಸ್‌ನ ವಾಸ್ತವಿಕ ಚಿತ್ರವನ್ನು ಬರೆಯಲು ಅವರು ನಮಗೆ ಸಹಾಯ ಮಾಡಿದರು.

"ಜನರಿಗೆ ಆತ್ಮವಿಶ್ವಾಸ ಮತ್ತು ಬದಲಾವಣೆಗೆ ಅವಕಾಶಗಳನ್ನು

ನೀಡುವ ಸಂಸ್ಥೆಯಲ್ಲಿ ಕೆಲಸ ಮಾಡಲು ತಾವು ಬಯಸುತ್ತೇವೆ ಎಂದು ಅವರು ನಮಗೆ ಹೇಳಿದರು. ನಾವು ನಮ್ಮ ಹೊಸ ಚೀಸನ್ನು ಹುಡುಕಿಕೊಳ್ಳುವಾಗ ನಮ್ಮ ಹಾಸ್ಯಪ್ರಜ್ಞೆಯನ್ನು ಉಳಿಸಿಕೊಳ್ಳಲು ಅವರು ನಮಗೆ ಸಹಾಯ ಮಾಡಿದರು."

"ನೀನು ಇದನ್ನೆಲ್ಲಾ ಈ ಒಂದು ಸಣ್ಣ ಕಥೆಯಿಂದ ಕಲಿತೆಯಾ?" ಎಂದು ರಿಚರ್ಡ್ ಕೇಳಿದ.

ಮೈಕಲ್ ಮುಗುಳ್ನಕ್ಕು ಹೇಳಿದ, "ಇದೆಲ್ಲ ಕಥೆಯಿಂದ ಕಲಿತಿದ್ದಲ್ಲ, ಆದರೆ ಅದರಿಂದ ನಾವು ಕಲಿತ ಕಲಿಕೆಯ ಆಧಾರದ ಮೇಲೆ ವಿಭಿನ್ನವಾಗಿ ಪ್ರಯೋಗ ಮಾಡಿದ್ದೇವೆ."

ಏಂಜೆಲಾ ಒಪ್ಪಿಕೊಂಡು ಹೇಳಿದಳು, "ನಾನು ಸ್ವಲ್ಪ ಹೆಮ್‌ನಂತೆಯೇ ಇದ್ದೇನೆ, ಆದ್ದರಿಂದ ನನಗೆ ಕಥೆಯ ಅತ್ಯಂತ ಪ್ರಭಾವಶಾಲಿ ಭಾಗ ಹಾ ತನ್ನ ಭಯವನ್ನು ನೋಡಿ ನಗುತ್ತಾನೆ ಮತ್ತು ಅವನು ತಾನು 'ಹೊಸ ಚೀಸ್' ಅನ್ನು ಆಸ್ವಾದಿಸುತ್ತಿರುವುದನ್ನು ಊಹಿಸಿಕೊಂಡ ಭಾಗ. ಇದು ಮೇಜ್‌ಗೆ ಹೋಗುವುದಕ್ಕೆ ಇರುವ ಭಯವನ್ನು ಕಡಿಮೆ ಮಾಡಿ ಆನಂದಿಸುವಂತೆ ಮಾಡಿತು. ಕೊನೆಯಲ್ಲಿ ಅವನಿಗೆ ಉತ್ತಮ ಫಲ ಸಿಕ್ಕಿತು. ನಾನೂ ಸಹ ಹೆಚ್ಚಾಗಿ ಅದನ್ನೇ ಮಾಡಲು ಬಯಸುತ್ತೇನೆ."

ಫ್ರಾಂಕ್ ನಗುತ್ತಾ ಹೇಳಿದ, "ಅಂದರೆ, ಹೆಮ್‌ಗಳು ಸಹ ಕೆಲವೊಮ್ಮೆ ಬದಲಾಗುವುದರಲ್ಲಿ ಇರುವ ಲಾಭವನ್ನು ನೋಡಬಹುದು."

ಕಾರ್ಲೋಸ್ ನಕ್ಕ, "ತಮ್ಮ ಉದ್ಯೋಗಗಳನ್ನು ಉಳಿಸಿಕೊಳ್ಳುವ ಲಾಭದಂತೆ."

ಏಂಜೆಲಾ ಸೇರಿಸಿದಳು, "ಅಥವಾ ಉತ್ತಮ ವೇತನ ಬಡ್ತಿ ಪಡೆಯುವುದು."

ಚರ್ಚೆಯ ಸಮಯದಲ್ಲಿ ಮುಖ ಗಂಟಿಕ್ಕಿಕೊಂಡಿದ್ದ ರಿಚರ್ಡ್, "ನನ್ನ ಮ್ಯಾನೇಜರ್ ನಮ್ಮ ಕಂಪನಿ ಬದಲಾಗಬೇಕು ಎಂದು ಹೇಳುತ್ತಿರುತ್ತಾಳೆ. ಅವಳು ನಿಜವಾಗಿಯೂ ನಾನು ಬದಲಾಗಬೇಕು ಎಂದು ಹೇಳುತ್ತಿದ್ದಾಳೆ ಎಂದು ನನಗೆ ಅನ್ನಿಸುತ್ತದೆ. ಆದರೆ ನನಗೆ ಅದನ್ನು ಕೇಳಲೂ ಇಷ್ಟವಿಲ್ಲ. ಅವಳು ಯಾವ ಹೊಸ ಚೀಸ್‌ಗೋಸ್ಕರ ನನ್ನನ್ನು ಬದಲಾಯಿಸಲು ಪ್ರಯತ್ನಿಸುತ್ತಿದ್ದಾಳೆ ಎಂದು ನಿಜವಾಗಿಯೂ ತಿಳಿದಿಲ್ಲ. ಅಥವಾ ಅದರಿಂದ ನನಗೆ ಏನು ಲಾಭ ಎಂದು ನನಗೆ ತಿಳಿದಿಲ್ಲ" ಎಂದು ಹೇಳಿದ.

"ಹೊಸ ಚೀಸ್ ಅನ್ನು ನೋಡುವ ಮತ್ತು ಅದನ್ನು ಆಸ್ವಾದಿಸುವುದನ್ನು ಕಲ್ಪಿಸಿಕೊಳ್ಳುವ ಈ ಕಲ್ಪನೆ ನನಗೆ ಇಷ್ಟವಾಯಿತು ಎಂದು ನಾನು ಒಪ್ಪಿಕೊಳ್ಳಲೇಬೇಕು. ಇದು ಎಲ್ಲವನ್ನೂ ಹಗುರವಾಗಿಸಿಬಿಡುತ್ತದೆ. ಅದು ಪರಿಸ್ಥಿತಿಯನ್ನು ಹೇಗೆ ಉತ್ತಮಗೊಳಿಸುತ್ತದೆ ಎಂಬುದನ್ನು ನೀವು ನೋಡಿದಾಗ, ನಿಮ್ಮನ್ನು ಬದಲಾಯಿಸಿಕೊಳ್ಳಲು ನೀವು ಹೆಚ್ಚು ಆಸಕ್ತಿ ಹೊಂದುತ್ತೀರಿ." ಎಂದು ರಿಚರ್ಡ್ ಹೇಳಿದ. ಇದನ್ನು ಹೇಳುವಾಗ ಅವನು ಮುಖದಲ್ಲಿ ಕಿರುನಗೆ ಮೂಡಿತು.

"ಬಹುಶಃ ನಾನು ಇದನ್ನು ನನ್ನ ವೈಯಕ್ತಿಕ ಜೀವನದಲ್ಲಿಯೂ ಬಳಸಬಹುದು, ನನ್ನ ಮಕ್ಕಳು ತಮ್ಮ ಜೀವನದಲ್ಲಿ ಏನೂ ಎಂದಿಗೂ ಬದಲಾಗಬಾರದು ಎಂದು ಭಾವಿಸಿರುವಂತೆ ತೋರುತ್ತದೆ. ಅವರು ಹೆಮ್‌ನಂತೆ ವರ್ತಿಸುತ್ತಿದ್ದಾರೆ ಎಂದು ನನಗನ್ನಿಸುತ್ತದೆ. ಅವರಿಗೆ ಕೋಪವೂ ಇದೆ. ಬಹುಶಃ ಭವಿಷ್ಯದಲ್ಲಿ ಏನಾಗುತ್ತದೆ ಎಂಬುದರ ಬಗ್ಗೆ ಅವರು ಭಯಪಡುತ್ತಿದ್ದಾರೆ. ಬಹುಶಃ ನಾನು ಅವರಿಗೆ 'ಹೊಸ ಚೀಸ್'ನ ವಾಸ್ತವಿಕ ಚಿತ್ರವನ್ನು ತೋರಿಸಿಲ್ಲ. ಬಹುಶಃ ಅದನ್ನು ನಾನೇ ನೋಡದೇ ಇರುವುದೂ ಇದಕ್ಕೆ ಕಾರಣವಿರಬಹುದು."

ಹಲವಾರು ಜನರು ತಮ್ಮ ಸ್ವಂತ ಜೀವನದ ಬಗ್ಗೆ ಯೋಚಿಸುತ್ತಿದ್ದಂತೆ ಗುಂಪು ಮೌನವಾಯಿತು.

ಜೆಸ್ಸಿಕಾ ಹೇಳಿದಳು, "ಇಲ್ಲಿ ಹೆಚ್ಚಿನವರು ಉದ್ಯೋಗಗಳ ಬಗ್ಗೆ ಮಾತನಾಡುತ್ತಿದ್ದಾರೆ, ಆದರೆ ನಾನು ಕಥೆಯನ್ನು ಕೇಳುತ್ತಿದ್ದಂತೆ, ನಾನು ನನ್ನ ವೈಯಕ್ತಿಕ ಜೀವನದ ಬಗ್ಗೆಯೂ ಯೋಚಿಸಿದೆ. ನನ್ನ ಈಗಿನ ಸಂಬಂಧವು 'ಹಳೆಯ ಚೀಸ್' ನಂತೆ ಆಗಿದೆ, ಅದರ ಮೇಲೆ ಸ್ವಲ್ಪ ಗಾಢವಾದ ಫಂಗಸ್ ಬೆಳೆದಿದೆ ಎಂದು ಅನ್ನಿಸುತ್ತಿದೆ."

ಕೋರಿ ಸಮ್ಮತಿಸುತ್ತಾ ನಕ್ಕ. "ನನಗೂ ಕೂಡ. ನಾನು ಬಹುಶಃ ಕೆಟ್ಟುಹೋದ ಸಂಬಂಧವನ್ನು ಬಿಡಬೇಕಾಗಿದೆ."

ಏಂಜೆಲಾ ಅದಕ್ಕೆ ಉತ್ತರಿಸುತ್ತಾ, "ಅಥವಾ, ಬಹುಶಃ 'ಹಳೆಯ ಚೀಸ್' ಕೇವಲ ಹಳೆಯ ನಡವಳಿಕೆ ಇರಬಹುದು. ನಾವು ನಿಜವಾಗಿಯೂ ಬಿಡಬೇಕಾಗಿರುವುದು ನಮ್ಮ ಕೆಟ್ಟ ಸಂಬಂಧಗಳಿಗೆ ಕಾರಣವಾದ ನಡವಳಿಕೆಯನ್ನು. ನಂತರ ಉತ್ತಮ ಆಲೋಚನೆ ಮತ್ತು ನಡುವಳಿಕೆಗಳತ್ತ ಮುನ್ನಡೆಯಬೇಕು."

"ಓಹ್! ಒಳ್ಳೆಯ ವಿಚಾರ. ಹೊಸ ಚೀಸ್ ಅಂದರೆ, ಅದೇ ವ್ಯಕ್ತಿಯೊಂದಿಗೆ ಹೊಸ ಸಂಬಂಧ." ಕೋರಿ ಪ್ರತಿಕ್ರಿಯಿಸಿದ.

ರಿಚರ್ಡ್ ಹೇಳಿದ, "ಇದರಲ್ಲಿ ನಾನು ಅಂದುಕೊಂಡಿದ್ದಕ್ಕಿಂತ ಹೆಚ್ಚಿನದಿದೆ ಎಂದು ನನಗೆ ಅನ್ನಿಸಲು ಶುರುವಾಗಿದೆ. ಸಂಬಂಧವನ್ನು ಬಿಡುವ ಬದಲು ಹಳೆಯ ನಡವಳಿಕೆಯನ್ನು ಬಿಡುವ ಕಲ್ಪನೆ ನನಗೆ ಇಷ್ಟವಾಯಿತು. ಅದೇ ನಡವಳಿಕೆಯನ್ನು ಪುನರಾವರ್ತಿಸುವುದರಿಂದ ನಮಗೆ ಅದೇ ಫಲಿತಾಂಶಗಳು ಸಿಗುತ್ತವೆ.

"ಕೆಲಸದ ವಿಷಯದಲ್ಲಿ, ಬಹುಶಃ ಉದ್ಯೋಗಗಳನ್ನು ಬದಲಾಯಿಸುವ ಬದಲು, ನಾನು ಕೆಲಸ ಮಾಡುವ ವಿಧಾನವನ್ನು ಬದಲಾಯಿಸಬೇಕೇನೋ. ಹಾಗೆ ಮಾಡಿದ್ದರೆ ಬಹುಶಃ ಇಷ್ಟು ಹೊತ್ತಿಗೆ ನನಗೆ ಉತ್ತಮ ಸ್ಥಾನ ಸಿಗುತ್ತಿತ್ತು."

ನಂತರ, ಬೇರೆ ನಗರದಲ್ಲಿ ವಾಸಿಸುತ್ತಿದ್ದ, ಈ ಪುನರ್ಮಿಲನಕ್ಕೆಂದೇ

ಇಲ್ಲಿಗೆ ಬಂದಿದ್ದ ಬೆಕಿ, "ನಾನು ಕಥೆಯನ್ನು ಮತ್ತು ಇಲ್ಲಿ ಎಲ್ಲರ ಕಾಮೆಂಟ್‌ಗಳನ್ನು ಕೇಳುತ್ತಿರುವಾಗ, ನಾನು ನನ್ನನ್ನು ನೋಡಿ ನಗುತ್ತಿದ್ದೇನೆ. ನಾನು ಬಹಳ ಸಮಯದಿಂದ ಹೆಮ್‌ನಂತೆಯೇ ಇದ್ದೆ, ಬದಲಾವಣೆಯ ಭಯದಲ್ಲಿದ್ದೆ. ಇದೇ ರೀತಿ ಎಷ್ಟೋ ಜನ ಇದ್ದಾರೆಂದು ನನಗೆ ತಿಳಿದಿರಲಿಲ್ಲ. ಬೇಸರದ ವಿಷಯ ಅಂದರೆ, ನಾನು ಈ ನಡವಳಿಕೆಯನ್ನೇ ನನಗೆ ತಿಳಿಯದೇ ನನ್ನ ಮಕ್ಕಳಿಗೂ ರವಾನಿಸಿದ್ದೇನೇನೋ ಎಂದು ಅನುಮಾನ" ಎಂದು ಹೇಳಿದಳು.

"ನಾನು ಅದರ ಬಗ್ಗೆ ಯೋಚಿಸುತ್ತಿರುವಂತೆ, ಬದಲಾವಣೆಯು ನಿಜವಾಗಿಯೂ ನಮ್ಮನ್ನು ಹೊಸ ಮತ್ತು ಉತ್ತಮ ಸ್ಥಾನಕ್ಕೆ ಕೊಂಡೊಯ್ಯಬಹುದು ಎಂದು ನಾನು ಅರ್ಥ ಮಾಡಿಕೊಂಡಿದ್ದೇನೆ. ಆದರೂ ಆ ಸಮಯದಲ್ಲಿ ಬದಲಾವಣೆ ನಮ್ಮನ್ನು ಉತ್ತಮ ಸ್ಥಾನಕ್ಕೆ ಕೊಂಡೊಯ್ಯುವುದಿಲ್ಲವೇನೋ ಎಂದು ನಾವು ಭಯಪಡುತ್ತೇವೆ.

"ನಮ್ಮ ಮಗ ಪ್ರೌಢಶಾಲೆಯಲ್ಲಿ ಎರಡನೇ ವರ್ಷ ಓದುತ್ತಿದ್ದ ಸಮಯ ನನಗೆ ನೆನಪಿದೆ. ನನ್ನ ಗಂಡನ ಕೆಲಸದಿಂದಾಗಿ ನಾವು ಇಲಿನಾಯ್ಸ್‌ನಿಂದ ವರ್ಮೊರ್ಂಟ್‌ಗೆ ಸ್ಥಳಾಂತರಗೊಳ್ಳಬೇಕಾಯಿತು. ನಮ್ಮ ಮಗ ತನ್ನ ಸ್ನೇಹಿತರನ್ನು ಬಿಟ್ಟುಹೋಗಬೇಕಾಗಿ ಬಂದ ಕಾರಣ ಅಸಮಾಧಾನಗೊಂಡಿದ್ದ. ಅವನು ಒಳ್ಳೆಯ ಈಜುಗಾರನಾಗಿದ್ದನು. ವರ್ಮೊರ್ಂಟ್‌ನ ಪ್ರೌಢಶಾಲೆಯಲ್ಲಿ ಈಜು ತಂಡವಿರಲಿಲ್ಲ. ಆದ್ದರಿಂದ, ಅವನನ್ನು ಸ್ಥಳಾಂತರಗೊಳ್ಳಲು ಒತ್ತಾಯಿಸಿದ್ದಕ್ಕಾಗಿ ಅವನು ನಮ್ಮ ಮೇಲೆ ಕೋಪಗೊಂಡಿದ್ದನು.

"ಆದರೆ ನಂತರ ಅವನಿಗೆ ವರ್ಮೊರ್ಂಟ್ ಪರ್ವತಗಳು ಇಷ್ಟವಾದವು, ಸ್ಕೀಯಿಂಗ್ ಕಲಿತುಕೊಂಡನು, ತನ್ನ ಕಾಲೇಜು ತಂಡದಲ್ಲಿ ಸ್ಕೀಯಿಂಗ್ ಮಾಡಿದನು. ಈಗ ಕೊಲೊರಾಡೋದಲ್ಲಿ ಸಂತೋಷದಿಂದ ವಾಸಿಸುತ್ತಾನೆ.

"ನಾವೆಲ್ಲರೂ ಒಂದು ಕಪ್ ಹಾಟ್ ಚಾಕೊಲೇಟ್‌ನೊಂದಿಗೆ ಈ ಚೀಸ್ ಕಥೆಯನ್ನು ಒಟ್ಟಿಗೆ ಕೇಳಿದ್ದರೆ, ನಮ್ಮ ಕುಟುಂಬವನ್ನು ಬಹಳಷ್ಟು

ಒತ್ತಡದಿಂದ ಉಳಿಸಬಹುದಿತ್ತು." ಬೆಕಿ ಹೇಳಿದಳು.

ಜೆಸ್ಸಿಕಾ ಹೇಳಿದಳು, "ನಾನು ನನ್ನ ಕುಟುಂಬಕ್ಕೆ ಈ ಕಥೆಯನ್ನು ಹೇಳಲು ಮನೆಗೆ ಹೋಗುತ್ತಿದ್ದೇನೆ. ನನ್ನ ಮಕ್ಕಳನ್ನು ಸ್ನಿಫ್, ಸ್ಕರ್ರಿ, ಹೆಮ್ ಅಥವಾ ಹಾ ರಲ್ಲಿ ಅವರ ಪ್ರಕಾರ ನಾನು ಯಾರೆಂದು ಕೇಳುತ್ತೇನೆ. ಹಾಗೆಯೇ, ಅವರು ತಮ್ಮನ್ನು ಯಾರಂತೆ ಅಂದುಕೊಳ್ಳುತ್ತಾರೆ ಎಂದು ಕೇಳುತ್ತೇನೆ. ನಮ್ಮ ಕುಟುಂಬದ ಹಳೆಯ ಚೀಸ್ ಏನಿದ್ದಿರಬಹುದು ಮತ್ತು ನಮ್ಮ ಹೊಸ ಚೀಸ್ ಹೇಗಿರಬಹುದು ಎಂಬುದರ ಕುರಿತು ನಾವು ಮಾತನಾಡಬಹುದು ಎಂದು ನಾನಂದುಕೊಳ್ಳುತ್ತೇನೆ."

"ಅದು ಒಳ್ಳೆಯ ಐಡಿಯಾ," ಎಂದು ರಿಚರ್ಡ್ ಹೇಳಿದ್ದಕ್ಕೆ ಎಲ್ಲರೂ ಆಶ್ಚರ್ಯಗೊಂಡರು, ಸ್ವತಃ ಅವನೂ ಸಹ ಆಶ್ಚರ್ಯಗೊಂಡ.

ನಂತರ ಫ್ರಾಂಕ್ "ನಾನು ಇನ್ನು ಮುಂದೆ ಹಾ ನಂತೆ ಇರುತ್ತೇನೆ ಮತ್ತು ಚೀಸ್‌ನೊಂದಿಗೆ ಸ್ಥಳಾಂತರಗೊಳ್ಳುತ್ತೇನೆ ಮತ್ತು ಅದನ್ನು ಆಸ್ವಾದಿಸುತ್ತೇನೆ! ಹಾಗೆಯೇ, ನಾನು ಈ ಕಥೆಯನ್ನು ಮಿಲಿಟರಿಯಿಂದ ಹೊರಬರಲಿರುವ ಮತ್ತು ಈ ಬದಲಾವಣೆಯಿಂದ ಏನಾಗಬಹುದು ಎಂಬುದರ ಬಗ್ಗೆ ಯೋಚಿಸುತ್ತಿರುವ ನನ್ನ ಸ್ನೇಹಿತರಿಗೆ ಹೇಳುತ್ತೇನೆ. ಇದು ಕೆಲವು ಆಸಕ್ತಿದಾಯಕ ಚರ್ಚೆಗಳಿಗೆ ಕಾರಣವಾಗಬಹುದು."

ಮೈಕಲ್ ಹೇಳಿದ, "ನಾವು ನಮ್ಮ ವ್ಯವಹಾರವನ್ನು ಹೀಗೆ ಸುಧಾ-ರಿಸಿದ್ದೇವೆ. ಚೀಸ್‌ನ ಕಥೆಯಿಂದ ನಾವು ಏನನ್ನು ಕಲಿತಿದ್ದೇವೆ, ಮತ್ತು ಅದನ್ನು ನಮ್ಮ ಪರಿಸ್ಥಿತಿಗೆ ಹೇಗೆ ಅನ್ವಯಿಸಬಹುದು ಎಂಬುದರ ಕುರಿತು ನಾವು ಹಲವಾರು ಚರ್ಚೆಗಳನ್ನು ನಡೆಸಿದ್ದೇವೆ.

"ಅದು ಅದ್ಭುತವಾಗಿತ್ತು ಏಕೆಂದರೆ ನಾವು ಬದಲಾವಣೆಯನ್ನು ಹೇಗೆ ಎದುರಿಸುತ್ತಿದ್ದೇವೆ ಎನ್ನುವ ಗಂಭೀರ ವಿಷಯವನ್ನು ಮೋಜಿನ ಭಾಷೆಯಲ್ಲಿ ಮಾತನಾಡಿದ್ದು ವಿಶಿಷ್ಟವಾಗಿತ್ತು ಹಾಗು ಅದು ತುಂಬಾ ಪರಿಣಾಮಕಾರಿಯಾಗಿತ್ತು, ವಿಶೇಷವಾಗಿ ಅದು ಕಂಪನಿಯೊಳಗೆ

ಆಳವಾಗಿ ಇಳಿದಿದ್ದರಿಂದ".

"'ಆಳವಾಗಿ' ಅಂದರೆ ಏನು?" ಎಂದು ನಾಥನ್ ಕೇಳಿದ.

"ನಮ್ಮ ಕಂಪನಿಯ ಬಹಳಷ್ಟು ಉದ್ಯೋಗಿಗಳು ತಮಗೆ ಅಧಿಕಾರ ಕಡಿಮೆ ಇದೆ ಎಂದು ಭಾವಿಸುತ್ತಿದ್ದರು ಮತ್ತು ಮೇಲಿನಿಂದ ಹೇರಿದ ಬದಲಾವಣೆಯಿಂದ ಅವರಿಗೆ ಏನಾಗಬಹುದು ಎಂದು ಭಯಪಡುತ್ತಿದ್ದರು. ಆದ್ದರಿಂದ ಅವರು ಬದಲಾವಣೆಯನ್ನು ವಿರೋಧಿಸುತ್ತಿದ್ದರು.

"ಸಂಕ್ಷಿಪ್ತವಾಗಿ ಹೇಳುವುದಾದರೆ, ಬದಲಾವಣೆಯನ್ನು ಹೇರಿದರೆ, ಅಂತಹ ಬದಲಾವಣೆಯು ವಿರೋಧಿಸಲ್ಪಡುತ್ತದೆ.

ಆದರೆ ಚೀಸ್‌ನ ಕಥೆಯನ್ನು ನಮ್ಮ ಸಂಸ್ಥೆಯಲ್ಲಿರುವ ಎಲ್ಲರೊಂದಿಗೆ ಹಂಚಿಕೊಂಡಾಗ, ನಾವು ಬದಲಾವಣೆಯನ್ನು ನೋಡುವ ದೃಷ್ಟಿಕೋನವನ್ನು ಬದಲಾಯಿಸಲು ನಮಗೆ ಸಹಾಯವಾಯಿತು. ಪ್ರತಿಯೊಬ್ಬರೂ ತಮ್ಮ ಭಯಗಳನ್ನು ನೋಡಿ ನಕ್ಕು ಅಥವಾ ಕನಿಷ್ಠ ಮುಗುಳ್ನಕ್ಕು ಮುಂದುವರಿಯಲು ಅದು ಸಹಾಯ ಮಾಡಿತು.

ನಾನು ಈ ಚೀಸ್‌ನ ಕಥೆಯನ್ನು ಮೊದಲೇ ಕೇಳಬೇಕಿತ್ತು ಎಂದು ನನಗನ್ನಿಸುತ್ತದೆ" ಮೈಕಲ್ ಹೇಳಿದ.

"ಯಾಕೆ?" ಕಾರ್ಲೋಸ್ ಕೇಳಿದ.

"ಯಾಕೆಂದರೆ ನಾವು ಬದಲಾವಣೆಯನ್ನು ಎದುರಿಸಲು ಸಿದ್ಧರಾಗುವ ಹೊತ್ತಿಗೆ, ನಮ್ಮ ವ್ಯವಹಾರವು ಆಗಲೇ ಬಹಳ ಕುಸಿದಿತ್ತು, ನಾನು ಮೊದಲೇ ಹೇಳಿದಂತೆ, ಕೆಲವು ಒಳ್ಳೆಯ ಸ್ನೇಹಿತರನ್ನೂ ಸೇರಿ ಕೆಲವರನ್ನು ಹೋಗಲು ಬಿಡಬೇಕಾಯಿತು. ಅದು ನಮಗೆಲ್ಲರಿಗೂ ಕಷ್ಟಕರವಾಗಿತ್ತು.

ಆದರೂ, ನಮ್ಮ ಬಳಿ ಉಳಿದವರು ಮತ್ತು ಹೊರಟುಹೋದ ಹೆಚ್ಚಿನವರು ಚೀಸ್‌ನ ಕಥೆಯು ವಿಷಯಗಳನ್ನು ವಿಭಿನ್ನವಾಗಿ

ನೋಡಲು ಮತ್ತು ಉತ್ತಮವಾಗಿ ನಿಭಾಯಿಸಲು ತಮಗೆ ಸಹಾಯ ಮಾಡಿದೆ ಎಂದು ಹೇಳಿದರು.

"ಹೊಸ ಕೆಲಸ ಹುಡುಕಿಕೊಂಡು ಹೊರಗೆ ಹೋಗಬೇಕಾದವರು ಮೊದಲಿಗೆ ಕಷ್ಟ ಎಂದು ಹೇಳಿದರು ಆದರೆ ಕಥೆಯನ್ನು ನೆನಪಿಸಿಕೊಳ್ಳುವುದರಿಂದ ಅವರಿಗೆ ತುಂಬಾ ಸಹಾಯವಾಯಿತು."

ಏಂಜೆಲಾ ಕೇಳಿದಳು, "ಅವರಿಗೆ ಯಾವುದು ಹೆಚ್ಚು ಸಹಾಯ ಮಾಡಿತು?"

"ಅವರ ಭಯ ನಿವಾರಣೆಯಾದ ನಂತರ, ತಮಗಾಗಿ ಹೊಸ ಚೀಸ್ ಹೊರಗೆ ಕಾಯುತ್ತಿದೆ ಎಂದು ಅರ್ಥ ಮಾಡಿಕೊಂಡಿದ್ದೇವೆ ಎಂದು ಅವರು ನನಗೆ ಹೇಳಿದರು!" ಎಂದು ಮೈಕಲ್ ಉತ್ತರಿಸಿದ.

"ಹೊಸ ಚೀಸ್‌ನ ಚಿತ್ರವನ್ನು ಮನಸ್ಸಿನಲ್ಲಿಟ್ಟುಕೊಂಡು, ಹೊಸ ಕೆಲಸದಲ್ಲಿ ತಾವು ಉತ್ತಮವಾಗಿ ಕಾರ್ಯ ನಿರ್ವಹಿಸುತ್ತಿರುವುದನ್ನು ಊಹಿಸಿಕೊಳ್ಳುವುದು ತಮ್ಮ ಉದ್ಯೋಗ ಸಂದರ್ಶನಗಳಲ್ಲಿ ಉತ್ತಮವಾಗಿ ನಿಭಾಯಿಸಲು ಸಹಾಯ ಮಾಡಿದೆ ಎಂದು ಅವರು ಹೇಳಿದರು. ಹಲವರಿಗೆ ಉತ್ತಮ ಉದ್ಯೋಗಗಳು ಸಿಕ್ಕಿವೆ."

ಲಾರಾ ಕೇಳಿದಳು, "ನಿಮ್ಮ ಕಂಪನಿಯಲ್ಲಿ ಉಳಿದಿರುವ ಜನರು ಏನು ಮಾಡಿದರು?"

"ಆಗುತ್ತಿರುವ ಬದಲಾವಣೆಗಳ ಬಗ್ಗೆ ದೂರುವ ಬದಲು, ಜನರು ಈಗ, 'ಅವರು ನಮ್ಮ ಚೀಸನ್ನು ಸ್ಥಳಾಂತರಿಸಿದರು. ನಾವು ಹೊಸ ಚೀಸನ್ನು ಹುಡುಕೋಣ' ಎಂದುಕೊಂಡರು. ಇದು ಬಹಳಷ್ಟು ಸಮಯವನ್ನು ಉಳಿಸಿತು ಮತ್ತು ಒತ್ತಡವನ್ನು ಕಡಿಮೆ ಮಾಡಿತು." ಮೈಕಲ್ ಹೇಳಿದ.

"ಈ ಮುಂಚೆ ಬದಲಾವಣೆಯನ್ನು ವಿರೋಧಿಸುತ್ತಿದ್ದ ಜನರು ಬದಲಾಗುವುದರಿಂದ ತಮಗಾಗುವ ಲಾಭವನ್ನು ಗಮನಿಸಿದರು. ಅವರೇ

ಬದಲಾವಣೆಯನ್ನು ತರಲು ಸಹಾಯ ಮಾಡಿದರು."

ಕೋರಿ ಹೇಳಿದ, "ಅವರು ಯಾಕೆ ಬದಲಾದರು ಎಂದು ನೀನು ಭಾವಿಸುತ್ತೀಯಾ?"

"ನಮ್ಮ ಕಂಪನಿಯಲ್ಲಿ ಸಹವರ್ತಿಗಳ ಒತ್ತಡ ಬದಲಾಗುತ್ತಿದ್ದಂತೆ ಅವರು ಬದಲಾದರು."ಎಂದ ಮೈಕಲ್.

"ನೀನು ನೋಡಿರುವಂತೆ, ದೊಡ್ಡ ಕಂಪನಿಗಳಲ್ಲಿ ಮ್ಯಾನೇಜ್‌ಮೆಂಟ್ ತಂಡವು ಬದಲಾವಣೆಯನ್ನು ಘೋಷಿಸಿದಾಗ ಸಾಮಾನ್ಯವಾಗಿ ಏನಾಗುತ್ತದೆ? ಹೆಚ್ಚಿನ ಜನರು ಬದಲಾವಣೆ ಒಳ್ಳೆಯ ಐಡಿಯಾ(ಒಳ್ಳೆಯದು) ಎನ್ನುತ್ತಾರೊ ಅಥವಾ ಕೆಟ್ಟ ಐಡಿಯಾ(ಒಳ್ಳೆಯದಲ್ಲ) ಎನ್ನುತ್ತಾರೋ?"

"ಕೆಟ್ಟ ಐಡಿಯಾ," ಫ್ರಾಂಕ್ ಉತ್ತರಿಸಿದ.

"ಹೌದು," ಮೈಕಲ್ ಒಪ್ಪಿಕೊಂಡ. "ಏಕೆ?"

"ಏಕೆಂದರೆ ಜನರು ಪರಿಸ್ಥಿತಿ ಹಾಗೆಯೇ ಇರಬೇಕೆಂದು ಬಯಸುತ್ತಾರೆ. ಬದಲಾವಣೆಯು ಅವರಿಗೆ ಒಳ್ಳೆಯದಾಗುವುದಿಲ್ಲ ಎಂದು ಅವರು ಭಾವಿಸುತ್ತಾರೆ. ಒಬ್ಬ ವ್ಯಕ್ತಿ ಬದಲಾವಣೆಯು ಒಳ್ಳೆಯದಲ್ಲ ಎಂದು ಹೇಳಿದಾಗ, ಇತರರು ಅದನ್ನೇ ಹೇಳುತ್ತಾರೆ" ಎಂದು ಕಾರ್ಲೋಸ್ ಹೇಳಿದ.

"ಹೌದು, ಅವರಿಗೆ ನಿಜವಾಗಿಯೂ ಹಾಗೆ ಅನ್ನಿಸದೇ ಇದ್ದರೂ, ತಾವು ಗುಂಪಿನೊಂದಿಗೆ ಇರಲು ಬಯಸಿ, ಹಾಗೆಯೇ ಹೇಳುತ್ತಾರೆ, ಎಲ್ಲಾ ಸಂಸ್ಥೆಗಳು ಎದುರಿಸುವ, ಬದಲಾವಣೆಯ ವಿರುದ್ಧ ಹೋರಾಡುವ ಸಹವರ್ತಿಗಳ ಒತ್ತಡ ಅದು."

ಬೆಕಿ ಕೇಳಿದಳು, "ಹಾಗಾದರೆ ಜನರು ಈ ಚೀಸ್ ಕಥೆ ಕೇಳಿದ ನಂತರ ಪರಿಸ್ಥಿತಿ ಹೇಗೆ ಬೇರೆಯಾಗಿದೆ?"

ಮೈಕಲ್ ಹೇಳಿದ, "ಸಹವರ್ತಿಗಳ ಒತ್ತಡ ಬದಲಾಯಿತು. ಯಾರೂ ಹೆಮ್‌ನಂತೆ ಇರಲು ಬಯಸಲಿಲ್ಲ!"

ಎಲ್ಲರೂ ನಕ್ಕರು.

"ಅವರು ಹೆಮ್ ನ ಹಾಗೆ ಅಲ್ಲಿಯೇ ಸಿಲುಕಿಕೊಂಡು ಹಿಂದೆ ಉಳಿಯುವ ಬದಲು ಸ್ನಿಫ್ ನ ಹಾಗೆ ಬದಲಾವಣೆಗಳನ್ನು ಮೊದಲೇ ಗ್ರಹಿಸಿ ಸ್ಕರ್ರಿ ಯ ಹಾಗೆ ತಕ್ಷಣ ಕಾರ್ಯರೂಪಕ್ಕೆ ತರಲು ಬಯಸಿದರು."

ನಾಥನ್ ಹೇಳಿದ, "ಅದು ಒಳ್ಳೆಯ ವಿಚಾರ. ನಮ್ಮ ಕಂಪನಿಯಲ್ಲಿ ಯಾರೂ ಹೆಮ್‌ನಂತೆ ಇರಲು ಬಯಸುವುದಿಲ್ಲ. ಅವರೂ ಸಹ ಬದಲಾಗಬಹುದು. ನಮ್ಮ ಈ ಹಿಂದಿನ ಪುನರ್ಮಿಲನದಲ್ಲಿ ಯಾಕೆ ಈ ಕಥೆಯನ್ನು ನಮಗೆ ಹೇಳಲಿಲ್ಲ? ಇದು ತುಂಬಾ ಪ್ರಯೋಜನಕಾ-ರಿಯಾಗಿದೆ."

"ಹೌದು ಇದು ಪ್ರಯೋಜನಕಾರಿಯಾಗಿದೆ" ಎಂದು ಮೈಕಲ್ ಹೇಳಿದ.

"ದೊಡ್ಡ ಕಂಪನಿಗಳಲ್ಲಾಗಲಿ, ಸಣ್ಣ ವ್ಯವಹಾರಗಳಲ್ಲಾಗಲಿ, ನಿಮ್ಮ ಕುಟುಂಬದಲ್ಲಾಗಲಿ, ಎಲ್ಲರೂ ಈ ಕಥೆ ಕೇಳಿದಾಗ ಇದು ಕೆಲಸ ಮಾಡುತ್ತದೆ. ಏಕೆಂದರೆ ಒಂದು ಸಂಸ್ಥೆಯಲ್ಲಿನ ಸಾಕಷ್ಟು ಜನರು ಬದಲಾದಾಗ ಮಾತ್ರ ಆ ಸಂಸ್ಥೆ ಬದಲಾಗಲು ಸಾಧ್ಯ."

ಕೊನೆಯದಾಗಿ ಅವನು ಇನ್ನೊಂದು ವಿಷಯ ಹೇಳಿದ. "ಇದು ನಮಗೆ ಎಷ್ಟು ಲಾಭದಾಯಕವಾಗಿದೆ ಎಂದು ನಾವು ನೋಡಿದಾಗ, ನಾವು ವ್ಯವಹಾರ ಮಾಡಲು ಬಯಸುವ ಜನರಿಗೆ ಈ ಕಥೆಯನ್ನು ಹೇಳಿದೆವು, ಅವರೂ ಸಹ ಬದಲಾವಣೆಯನ್ನು ಎದುರಿಸುತ್ತಿದ್ದರು ಎಂಬುದು ನಮಗೆ ತಿಳಿದಿತ್ತು. ನಾವು ಅವರ 'ಹೊಸ ಚೀಸ್' ಆಗಬಹುದು ಎಂದು ನಾವು ಸೂಚಿಸಿದೆವು, ಅಂದರೆ, ಅವರು ಯಶಸ್ವಿಯಾಗಲು ಉತ್ತಮ ಪಾಲುದಾರರು ನಾವಾಗಿರಬಹುದು ಎಂದು. ಇದು ಹೊಸ ವ್ಯವಹಾರಗಳಿಗೆ ಕಾರಣವಾಯಿತು."

ಇದರಿಂದ ಜೆಸ್ಸಿಕಾಳಿಗೆ ಹಲವು ಐಡಿಯಾಗಳು ಹೊಳೆದುವು, ಮತ್ತು ಮರುದಿನ ಬೆಳಿಗ್ಗೆಯೇ ತಾನು ಕೆಲವು ಸೇಲ್ಸ್ ಕರೆಗಳನ್ನು ಮಾಡಬೇಕಿದೆ ಎಂಬುದು ಆಕೆಗೆ ನೆನಪಾಯಿತು. ಅವಳು ತನ್ನ ಗಡಿಯಾರವನ್ನು ನೋಡುತ್ತಾ, "ಸರಿ, ನಾನು ಈ ಚೀಸ್ ಸ್ಟೇಷನ್ ಬಿಟ್ಟು ಹೊಸ ಚೀಸ್ ಹುಡುಕುವ ಸಮಯ ಬಂದಿದೆ" ಎಂದು ಹೇಳಿದಳು.

ಇದನ್ನು ಕೇಳಿ ಗುಂಪು ನಕ್ಕಿತು ಮತ್ತು ವಿದಾಯ ಹೇಳಲು ಪ್ರಾರಂಭಿಸಿತು. ಅವರಲ್ಲಿ ಹಲವರು ಸಂಭಾಷಣೆಯನ್ನು ಮುಂದುವ-ರಿಸಲು ಬಯಸಿದ್ದರು ಆದರೆ ಹೊರಡಬೇಕಾಗಿತ್ತು. ಹೊರಡುವ ಮುಂಚೆ ಎಲ್ಲರೂ ಮೈಕೆಲ್‌ಗೆ ಧನ್ಯವಾದ ಹೇಳಿದರು.

ಮೈಕಲ್ ಹೇಳಿದ, "ಈ ಕಥೆ ನಿಮಗೆ ತುಂಬಾ ಉಪಯುಕ್ತವಾಗಿದೆ ಎನ್ನುವುದು ಸಂತೋಷದ ವಿಷಯ. ಶೀಘ್ರದಲ್ಲೇ ನೀವು ಅದನ್ನು ಇತರರೊಂದಿಗೆ ಹಂಚಿಕೊಳ್ಳಲು ನಿಮಗೆ ಅವಕಾಶ ಸಿಗುತ್ತದೆ ಎಂದು ನಾನು ಆಶಿಸುತ್ತೇನೆ."

■ ■ ■

ಈ ಪುಸ್ತಕವನ್ನು ಓದಿದ ನಂತರ ನೀವು ನಿಮ್ಮ ಅಭಿಪ್ರಾಯಗಳನ್ನು books.feedback@tejgyan.org ನಲ್ಲಿ ಪೋಸ್ಟ್ ಮಾಡಬಹುದು.

ಪರಿಶಿಷ್ಟ

ಸ್ಪೆನ್ಸರ್ ಜಾನ್ಸನ್, ಎಂ.ಡಿ. ಅವರ ಪುಸ್ತಕಗಳು

- ದಿ ವನ್ ಮಿನಿಟ್ ಮ್ಯಾನೇಜರ್(ಕೆನ್ನೆತ್ ಬ್ಲಾಂಚಾರ್ಡ್, ಪಿ.ಎಚ್‌ಡಿ. ಅವರೊಂದಿಗೆ)
- ದಿ ಪ್ರೆಷಿಯಸ್ ಪ್ರೆಸೆಂಟ್: ದಿ ಗಿಫ್ಟ್ ದ್ಯಾಟ್ ಮೇಕ್ಸ್ ಯು ಹ್ಯಾಪಿ ಫಾರೆವರ್
- ದಿ ವನ್ ಮಿನಿಟ್ ಸೇಲ್ಸ್ ಪರ್ಸನ್(ಲ್ಯಾರಿ ವಿಲ್ಸನ್ ಅವರೊಂದಿಗೆ)
- ದಿ ವನ್ ಮಿನಿಟ್ ಮದರ್
- ದಿ ವನ್ ಮಿನಿಟ್ ಫಾದರ್
- ದಿ ವನ್ ಮಿನಿಟ್ ಟೀಚರ್(ಕಾನ್ಸ್ಟನ್ಸ್ ಜಾನ್ಸನ್, ಎಂ.ಎಡ್. ಅವರೊಂದಿಗೆ)
- ವನ್ ಮಿನಿಟ್ ಫಾರ್ ಯುವರ್ ಸೆಲ್ಫ್(ಹಿಂದಿನ ಹೆಸರು: ವನ್ ಮಿನಿಟ್ ಫಾರ್ ಮೈ ಸೆಲ್ಫ್)
- ಯೆಸ್ ಒರ್ ನೋ: ದಿ ಗೈಡ್ ಟು ಬೆಟರ್ ಡಿಸಿಷನ್ಸ್

ದಿ ವ್ಯಾಲ್ಯೂ ಟೇಲ್ಸ್ ಸರಣಿ (ಮಕ್ಕಳಿಗಾಗಿ)

- ದಿ ವ್ಯಾಲ್ಯೂ ಆಫ್ ಬಿಲೀವಿಂಗ್ ಇನ್ ಯುವರ್ ಸೆಲ್ಫ್: ಲೂಯಿಸ್ ಪಾಸ್ಟರ್ ಅವರ ಕಥೆ
- ದಿ ವ್ಯಾಲ್ಯೂ ಆಫ್ ಪೇಷನ್ಸ್: ರೈಟ್ ಬ್ರದರ್ಸ್ ಅವರ ಕಥೆ
- ದಿ ವ್ಯಾಲ್ಯೂ ಆಫ್ ಕೈಂಡ್ನೆಸ್: ಎಲಿಜಬೆತ್ ಫೈ ಅವರ ಕಥೆ
- ದಿ ವ್ಯಾಲ್ಯೂ ಆಫ್ ಹ್ಯೂಮರ್: ವಿಲ್ ರೋಜರ್ಸ್ ಅವರ ಕಥೆ
- ದಿ ವ್ಯಾಲ್ಯೂ ಆಫ್ ಕರೇಜ್: ಜ್ಯಾಕಿ ರಾಬಿನ್ಸನ್ ಅವರ ಕಥೆ
- ದಿ ವ್ಯಾಲ್ಯೂ ಆಫ್ ಕ್ಯೂರಿಯಾಸಿಟಿ: ಕ್ರಿಸ್ಟಫರ್ ಕೊಲಂಬಸ್ ಅವರ ಕಥೆ
- ದಿ ವ್ಯಾಲ್ಯೂ ಆಫ್ ಇಮ್ಯಾಜಿನೇಶನ್: ಚಾರ್ಲ್ಸ್ ಡಿಕನ್ಸ್ ಅವರ ಕಥೆ
- ದಿ ವ್ಯಾಲ್ಯೂ ಆಫ್ ಸೇವಿಂಗ್: ಬೆಂಜಮಿನ್ ಫ್ರಾಂಕ್ಲಿನ್ ಅವರ ಕಥೆ
- ದಿ ವ್ಯಾಲ್ಯೂ ಆಫ್ ಶೇರಿಂಗ್: ಮೇಯೋ ಬ್ರದರ್ಸ್ ಅವರ ಕಥೆ
- ದಿ ವ್ಯಾಲ್ಯೂ ಆಫ್ ಆನೆಸ್ಟಿ: ಕನ್ಫ್ಯೂಷಿಯಸ್ ಅವರ ಕಥೆ
- ದಿ ವ್ಯಾಲ್ಯೂ ಆಫ್ ಅಂಡರ್‌ಸ್ಟ್ಯಾಂಡಿಂಗ್: ಮಾರ್ಗರೇಟ್ ಮೀಡ್ ಅವರ ಕಥೆ
- ದಿ ವ್ಯಾಲ್ಯೂ ಆಫ್ ಫ್ಯಾಂಟಸಿ: ಹ್ಯಾನ್ಸ್ ಕ್ರಿಶ್ಚಿಯನ್ ಆಂಡರ್ಸನ್ ಅವರ ಕಥೆ
- ದಿ ವ್ಯಾಲ್ಯೂ ಆಫ್ ಡೆಡಿಕೇಶನ್: ಆಲ್ಬರ್ಟ್ ಶ್ವೈಟ್ಸರ್ ಅವರ ಕಥೆ

ವಾವ್ (WOW) ಪ್ರಕಾಶನದ ಇತರ ಕನ್ನಡ ಪುಸ್ತಕಗಳು

೧. ಇಕಿಗಾಯ್ - ದೀರ್ಘ ಹಾಗು ಸಂತಸಭರಿತ ಜೀವನಕ್ಕೆ ಜಪಾನಿಯರ ಗುಟ್ಟು

೨. ಬದುಕಿನ ಅರ್ಥದ ಹುಡುಕಾಟದಲ್ಲಿ ಮನುಷ್ಯ

೩. ವಿಚಾರ ನಿಯಮ - ದಿ ಪಾವರ್ ಆಫ್ ಹ್ಯಾಪ್ಪಿ ಥಾಟ್ಸ್

೪. ಸ್ವಸಂವಾದ-ಒಂದು ಜಾದು : ನಿಮ್ಮ ರಿಮೋಟ್ ಕಂಟ್ರೋಲನ್ನು ಹೇಗೆ ಪಡೆದುಕೊಳ್ಳುವುದು

೫. ಸ್ವಯಂ ಜೊತೆ ಸಮರ - ಹರ್ಕ್ಯುಲಿಸ್‌ನ ಆಂತರಿಕ ಶೋಧ

೬. ಸಂಪೂರ್ಣ ಲಕ್ಷ್ಯ - ಸಂಪೂರ್ಣ ವಿಕಾಸವನ್ನು ಹೇಗೆ ಕೈಗೊಳ್ಳುವುದು

೭. ಸ್ವೀಕಾರದ ಜಾದು - ತ್ವರಿತ ಆನಂದವನ್ನು ಪಡೆಯುವುದು ಹೇಗೆ

೮. ಮೃತ್ಯು ನಂತರದ ಜೀವನ - ಮಹಾಜೀವನ

೯. ಜಾಗೃತಿ ಮೂಡಿಸುವ ಉತ್ತರಗಳು - ಜೀವನದ ೧೧೧ ಜಿಜ್ಞಾಸೆಗಳ ಪರಿಹಾರ

೧೦. ಆಲಸ್ಯದಿಂದ ಮುಕ್ತಿಗೆ ೧೪ ಹೆಜ್ಜೆಗಳು

೧೧. ಕ್ಷಮೆಯ ಜಾದು- ಮನದಲ್ಲಿಯೇ ಕ್ಷಮೆಯಾಚಿಸಿ ಎಲ್ಲ ದುಃಖಗಳಿಂದ ಮುಕ್ತಿ ಪಡೆಯುವುದು ಹೇಗೆ

೧೨. ಅಭ್ಯಾಸ ಬಲ

೧೩. ದ ಮ್ಯಾಜಿಕ್ ಆಫ್ ಗಾಡ್ ಬ್ಲೆಸ್ ಯು

೧೪. ಭಾವನೆಗಳ ಮೇಲೆ ವಿಜಯ- ಭಾವನಾತ್ಮಕ ಪರಿಪಕ್ವತೆಯನ್ನು ಬೆಳೆಸಿಕೊಳ್ಳುವುದು ಹೀಗೆ.

೧೫. ಇಚಿಗೊ ಇಚಿಯೆ- ಪ್ರತಿಯೊಂದು ಕ್ಷಣವನ್ನು ಜೀವಂತವಾಗಿಸುವ ಜಪಾನಿಯರ ಕಲೆ

೧೬. ವಾಬಿ ಸಾಬಿ - ಅಪರಿಪೂರ್ಣತೆಯಲ್ಲಿನ ವಿವೇಕ

೧೭. ಕಾನ್ಸಂಟ್ರೇಶನ್ - ಏಕಾಗ್ರ ಮನಸ್ಸಿನ ಚಮತ್ಕಾರ

೧೮. ಜನ್ಮಜನ್ಮಾಂತರದ ಪಾಠಗಳು ಮತ್ತು ಸ್ಮೃತಿಗಳ ಉಪಚಾರ

೧೯. ಸ್ವಾಸ್ಥ್ಯಕ್ಕಾಗಿ ವಿಚಾರ ನಿಯಮಗಳು

೨೦. ಇಕಿಗಾಯ್ ಹದಿಹರೆಯದವರಿಗಾಗಿ

ತೇಜಜ್ಞಾನ ಫೌಂಡೇಷನ್ - ಮುಖ್ಯ ಶಾಖೆಗಳು

ಪುಣೆ (ರೆಜಿಸ್ಟರ್ಡ್ ಆಫೀಸ್): ವಿಕ್ರಾಂತ ಕಾಂಪ್ಲೆಕ್ಸ್, ತಪೋವನ ಮಂದಿರದ ಹತ್ತಿರ, ಪಿಂಪರಿ, ಪುಣೆ-411017. ದೂರವಾಣಿ-020-27411240, 27412576

ಮನನ ಆಶ್ರಮ: ಸರ್ವೆ ನಂ.43, ಸನಸ್ ನಗರ, ನಾಂದೋಶಿ ಹಳ್ಳಿ, ಕಿರ್ಕಿಟವಾಡಿ ತಿರುವು, ತಾಲೂಕ-ಹವೇಲಿ, ಜಿಲ್ಲೆ-ಪುಣೆ-411024. ದೂರವಾಣಿ: 09921008060

ಮಹಾಆಸಮಾನಿ ಪರಮ ಜ್ಞಾನ

ಶಿಬಿರದ ಪರಿಚಯ ಮತ್ತು ಲಾಭಗಳು(ನಿವಾಸಿ)

Self Development to Self Realization
Towards Self Stabilization

ನೀವು ಉಚ್ಚತಮ ಆನಂದವನ್ನು ಪಡೆಯಬಯಸುವಿರೆ? ಯಾವುದೇ ಕಾರಣದ ಮೇಲೆ ಅವಲಂಬಿತವಾಗಿರದ, ಸಮಯದೊಂದಿಗೆ ಹೆಚ್ಚುತ್ತಲೇ ಹೋಗುವ ಆ ಆನಂದ, ಅದು ನಿಮ್ಮದಾಗಬೇಕೆ? ನೀವು ಇದೇ ಜೀವನದಲ್ಲಿ ಪ್ರೇಮ, ವಿಶ್ವಾಸ, ಶಾಂತಿ, ಸಮೃದ್ಧಿ ಪರಮ ಸಂತುಷ್ಟಿ ಪಡೆಯಬಯಸುವಿರೆ? ನೀವು ಶಾರೀರಿಕ, ಮಾನಸಿಕ, ಆರ್ಥಿಕ, ಸಾಮಾಜಿಕ ಹಾಗು ಆಧ್ಯಾತ್ಮಿಕ ಸ್ತರಗಳಲ್ಲಿ ಸಫಲರಾಗಬೇಕೆನ್ನುವಿರೆ? ನೀವು 'ನಾನು ಯಾರು' ಈ ಪ್ರಶ್ನೆಯ ಉತ್ತರವನ್ನು ಅನುಭವದಿಂದ ಪಡೆಯಬಯಸುವಿರೆ?

ಒಂದುವೇಳೆ ನಿಮ್ಮಲ್ಲಿ ಈ ಎಲ್ಲ ಪ್ರಶ್ನೆಗಳ ಉತ್ತರವನ್ನು ಪಡೆಯುವ ಮತ್ತು 'ಅಂತಿಮ ಸತ್ಯ'ವನ್ನು ಪಡೆಯಬೇಕೆಂಬ ತೀವ್ರ ಹಂಬಲವಿದ್ದರೆ ತೇಜಜ್ಞಾನ ಫೌಂಡೇಶನ್ ಮುಖಾಂತರ ಆಯೋಜಿಸಲಾದ 'ಮಹಾಆಸಮಾನಿ ಶಿಬಿರ್'ನಲ್ಲಿ ನಿಮಗೆ ಸ್ವಾಗತವಿದೆ. ಈ ಶಿಬಿರ ಪೂರ್ಣತಃ ಸರಶ್ರೀಯವರ ಶಿಕ್ಷಣವನ್ನು ಆಧರಿಸಿದೆ.

ಮಹಾಆಸಮಾನಿ ಪರಮಜ್ಞಾನ ಶಿಬಿರದ ಉದ್ದೇಶ:

ಈ ಶಿಬಿರಿನ ಉದ್ದೇಶವೇನೆಂದರೆ, 'ವಿಶ್ವದ ಪ್ರತಿಯೊಬ್ಬ ಮನುಷ್ಯ ನಾನು ಯಾರು? ಈ ಪ್ರಶ್ನೆಯ ಉತ್ತರವನ್ನು ಅರಿತು ಸರ್ವೋಚ್ಚ ಆನಂದದಲ್ಲಿ ಸ್ಥಾಪಿತವಾಗಲಿ ಎಂದು. ಅವನಿಗೆ ಪ್ರತಿಕ್ಷಣ ವರ್ತಮಾನದಲ್ಲಿ ಇರುವ ಕಲೆಯನ್ನು ತಿಳಿಹೇಳುವ ಜ್ಞಾನವು ಲಭಿಸಲಿ. ಭೂತಕಾಲದ ಭಾರ ಹಾಗೂ ಭವಿಷ್ಯದ ಚಿಂತೆ ಇವೆರಡರಿಂದಲೂ ಅವನು ಮುಕ್ತಿಯನ್ನು ಪಡೆಯಲಿ. ಪ್ರತಿಯೊಬ್ಬ ಮನುಷ್ಯನ ಜೀವನದಲ್ಲಿ ಸ್ಥಿರವಾದ ಖುಷಿ, ಸರಿಯಾದ ತಿಳುವಳಿಕೆ ಮತ್ತು ಸಮಸ್ಯೆಗಳನ್ನು ಕರಗಿಸುವ/ವಿಲೀನಗೊಳಿಸುವ ಕಲೆಯು ಬರಲಿ. ಮನುಷ್ಯ ಜೀವನದ ಉದ್ದೇಶ ಪೂರ್ಣಗೊಳ್ಳಲಿ. ನಾನು ಯಾರು? ನಾನು ಇಲ್ಲಿ ಏಕಿದ್ದೇನೆ? ಮೋಕ್ಷವೆಂದರೇನು? ಮೋಕ್ಷವು ಇದೇ ಜನ್ಮದಲ್ಲಿ ಪ್ರಾಪ್ತವಾಗಬಹುದೇ? ಈ ಪ್ರಶ್ನೆಗಳು ನಿಮ್ಮಲ್ಲಿದ್ದರೆ ಬನ್ನಿ ಮಹಾಆಸಮಾನಿ ಪರಮಜ್ಞಾನ ಶಿಬಿರ ಇದರ ಉತ್ತರವಾಗಿದೆ.

www.ingramcontent.com/pod-product-compliance
Lightning Source LLC
Chambersburg PA
CBHW031330230926
51848CB00001B/163
9788199900448